மா. அரங்கநாதன்

உள் அட்டையில் காணும் சிற்பக் காட்சியில் பகவான் புத்தரின் அன்னை மாயாதேவி கண்ட கனவின் பலனை மன்னர் சுத்தோதனருக்கு நிமித்திகர் மூவர் விளக்குகின்றனர். அவர்களுக்குக் கீழே அமர்ந்து அந்த விளக்கத்தை எழுதுகிறார் ஓர் எழுத்தர். எழுதும் கலையைச் சித்திரிக்கும் முதல் இந்தியச் சிற்பம் இதுவாகவே இருக்கலாம்.

(நாகார்ஜுன மலைச்சிற்பம் பொ.யு. இரண்டாம் நூற்றாண்டு, படஉதவி : நேஷனல் மியூசியம், புது தில்லி)

இந்திய இலக்கியச் சிற்பிகள்
மா. அரங்கநாதன்

எஸ்.சண்முகம்

சாகித்திய அகாதெமி

Ma. Aranganathan : Monograph in Tamil by S.Shanmugam, Sahitya Akademi, New Delhi, 2022, Rs. 50/-

உரிமை © சாகித்திய அகாதெமி
பொருள் : இந்திய இலக்கியச் சிற்பிகள்
ஆசிரியர் : எஸ்.சண்முகம்
வெளியீடு : சாகித்திய அகாதெமி
முதல் பதிப்பு : 2022
ISBN : 978-93-5548-009-5
விலை : ரு.

All rights reserved. No part of this book may be reproduced or utilized in any form or by any means, electronic or mechanical including photocopying, recording or by any information storage and retrival system, without permission in writing from Sahitya Akademi.

சாகித்திய அகாதெமி

தலைமை அலுவலகம் : இரவீந்திர பவன், 35, பெரோஸ்ஷா சாலை, புது தில்லி 110 001. secretary@sahitya-akademi.gov.in | 011-23386626/27/28.

விற்பனை அலுவலகம் : 'ஸ்வாதி' மந்திர் சாலை, புது தில்லி 110 001 sales@sahitya-akademi.gov.in | 011-23745297, 23364204.

கொல்கத்தா : 4, டி.எல். கான் சாலை, கொல்கத்தா 700 025 rs.rok@sahitya-akademi.gov.in | 033-24191683/24191706.

பெங்களூரு : மத்தியக் கல்லூரி வளாகம், பல்கலைக்கழக நூலக கட்டிடம், டாக்டர் அம்பேத்கர் வீதி, பெங்களூரு 560 001 rs.rob@sahitya-akademi.gov.in. 080-22245152, 22130870.

மும்பை : 172, மும்பை மராத்தி கிரந்த சங்கிரகாலய சாலை, தாதர், மும்பை 400 014 rs.rom@sahitya-akademi.gov.in 022-24135744 | 24131948.

சென்னை : குணா வளாகம், 443, இரண்டாம் தளம், அண்ணா சாலை, தேனாம்பேட்டை, சென்னை 600 018. chennaioffice@sahitya-akademi.gov.in 044-24311741 | 24354815

Visit out website at http://www.sahitya-akademi.gov.in

ஒளி அச்சு : R. Udhayabaskar, Chennai - 32.
அச்சகம் : Mani Offset, Chennai - 77

நன்றி

மா.அரங்கநாதனிடம் ஒரு செவ்வி எடுத்து அதை இன்மை-அனுபூதி-இலக்கியம் என்ற தலைப்பில் புத்தகமாக வெளியிட்டதில் இருந்து அவரைக் குறித்தும், அவரது படைப்புகள் குறித்தும் ஓர் அறிமுக நூல் எழுத வேண்டும் என்ற அவா என்னுள் கனன்று கொண்டே இருந்தது. அதற்கான நல்வாய்ப்பாக சாகித்திய அகாதெமியின் ‘இந்திய இலக்கியச் சிற்பிகள்’ வரிசையில் மா.அரங்கநாதன் பற்றிய குறுநூலை எழுத எனக்கு வாய்ப்பு வழங்கிய நடுவண் இலக்கியக்கழகத்திற்கு (செண்ட்ரல் சாகித்திய அகாதெமி) என் உளமார்ந்த நன்றியை உரித்தாக்கிக் கொள்கிறேன். இந்நூலை எழுத ஊக்கமளித்த பேராசிரியர் தமிழவன் மற்றும் நீதியரசர் ஆர்.மகாதேவன் (மா.அரங்கநாதன் அவர்களின் புதல்வர்) இந்நூலில் செம்மையாக்கத்திற்கு உதவிய ப.சகதேவன் (கிருஷ்ணசாமி), ‘என்ன அரங்கநாதன் நூலை எழுதிவிட்டீர்களா?’ என்று பார்க்க நேர்ந்த இடங்களிலெல்லாம் என்னைக் கேட்ட எழுத்தாளர் அமரர் சா. கந்தசாமி அவர்களுக்கும் மற்றும் என் அனைத்து இலக்கிய நண்பர்களுக்கும் நெஞ்சார்ந்த நன்றிகளைச் சமர்ப்பித்துக் கொள்கிறேன்.

பொருளடக்கம்

தலைப்பு	பக்கம்

1. படைப்பாளியும், படைப்பு வெளியும் 9

2. மா. அரங்கநாதனின் தமிழ்த்துவம் 13

3. சிறுகதைகளில் நடமாடும் முத்துக்கறுப்பன் 27

4. மா.அரங்கநாதன் நாவல்கள் 49

5. 'முன்றில்' இதழும், இதழ்சார்ந்த செயல்பாடுகளும் 59

6. மா.அரங்கநாதனின் படைப்பாக்கம்: ஒரு சோற்றுப்பதம் 68

7. மா.அரங்கநாதனின் படைப்பாளுமை குறித்த கணிப்புகள் 75

8. மா.அரங்கநாதன் செவ்விகள் 81

மா.அரங்கநாதன் படைப்புகள் பற்றிய விமர்சனங்கள் 90

மா. அரங்கநாதன் படைப்புகள் 92

1. படைப்பாளியும், படைப்பு வெளியும்

ஓர் எழுத்தாளர் எங்கு பிறந்தார், எங்கு வளர்ந்தார் என்று கேட்பதைப் போலத்தான் அவரை நீங்கள் முதன் முதலாக எங்கு சந்தித்தீர்கள் என்று ஒருவரிடம் கேட்பதும். சென்னையில் வசிக்கும் நான் என் சம வயதுடைய இலக்கிய நண்பர்களை வாரத்தில் ஒரு நாள் ஏதாவது ஓரிடத்தில் சந்திப்பது வழக்கம்... கோடம்பாக்கத்தின் பின்னுள்ள ஹபீபுல்லா சாலையில் அமைந்துள்ள தமிழோசை அச்சகம் சந்திப்பு மையங்களில் ஒன்று... அங்கே பலரை சந்தித்திருந்தாலும் அவர்களில் பழநிபாரதியும், 'நிழல்' ப.திருநாவுக்கரசுவும் முக்கியமானவர்கள். அவர்கள் தான் எனக்கு அரங்கநாதனை அறிமுகப்படுத்தியவர்கள். மா.அரங்கநாதனுடன் எனது முதல் சந்திப்பு எப்போது நிகழ்ந்தது என்பது நினைவில்லை. ஆனால் அவரது எழுத்துடனான அறிமுகம் 'வீடுபேறு' மூலமாக எண்பதுகளின் பிற்பகுதியில் நிகழ்ந்தது... அத்தொகுப்பிலுள்ள சிறுகதைகளை வாசித்த பிறகு கதைகளை விட அவற்றில் தவறாது இடம் பிடிக்கும் முத்துக்கறுப்பன் தான் மனதில் நீங்கா இடம் பெற்றார். ஒரு கதாபாத்திரமாக மட்டுமே அப்போது முத்துக்கறுப்பன் எனக்குள் இருந்தார். இந்நிலையில் அரங்கநாதனைப் பார்க்கலாம் என்று சொல்லி பழநிபாரதியும், திருநாவுக்கரசுவும் என்னை தி.நகர் ரங்கநாதன் தெருவிலிருந்த 'முன்றில்' அலுவலகத்திற்குக் கிளப்பிக்கொண்டு போனார்கள்.

ரங்கநாதன் தெருவிலிருந்த மாடியொன்றில் 'முன்றில்' அலுவலகம் இருந்தது. அங்கே ஒரு நாற்காலியில் வெந்நிற வேட்டியும், அரைக்கை சட்டையுமாக, சிகரெட் புகை சூழ அமர்ந்திருந்தார் மா.அரங்கநாதன். எந்தவிதமான விசேட அசைவுகளோ, உணர்வு மாற்றங்களோ தென்படாத முகம். புன்னகைக்கான அறிகுறிகள் எதுவும் தெரியாத முகம். 'உட்காருங்கள்' என்று சொன்னார். பழநிபாரதியும், திருநாவுக்கரசுவும் என்னை அவருக்கு எஸ்.சண்முகம் என்று அறிமுகப்படுத்தினார்கள். அவர் 'நீதானா?' என்றார். 'ஆமாம் சார்' என்றேன் எதைப் பற்றித் துவங்கியது என்று தெரியவில்லை உரையாடல் தொடங்கியது. தேநீர் குவளைகளின் எண்ணிக்கை மேசையில் அதிகரித்தது. அப்போது எனக்கு அமைப்பியல் பின் அமைப்பியல் கோட்பாடுகள் அறிமுகமாகியிருந்தன. ஆர்வம் நிரம்பி வழியும் இளமைப்பருவம்... எல்லாவற்றையும் எனக்கான சட்டகத்தின் வழியே அறிந்துகொள்ள முக்கியத்துவமுடையதும் முக்கியத்துவமற்றது மான கேள்விகளைக் கேட்டேன். ஒரு கட்டத்தில் மா.அரங்கநாதனுக்குக் கோபம் வந்து உரையாடலை நிறுத்திவிட்டார். சிறிது நேரம் கழித்து,

மீண்டும் இயல்பாகப் பேசலானார். விடைபெறும் நேரம் வந்ததும் நான் கொஞ்சம் கிண்டலும், சீண்டலுமாக 'முத்துக்கறுப்பன்ங்கறது நீங்களா?' என்று கேட்டேன்... சிரித்துவிட்டு விடை தந்தார். ஆனால் இந்தச் சந்திப்பில் அவரது கதைகள் குறித்து ஒன்றுமே பேசவில்லை.

நாங்கள் இறங்கி ரங்கநாதன் தெருவில் நடக்கையில் பழநிபாரதியும், திருநாவுக்கரசுவும் என்னைக் கடிந்து கொண்டனர். 'முதல்முறை பார்க்கும்போதே உன் வேலையைக் காட்டிவிட்டாய். அவர் என்ன நினைத்துக் கொண்டாரோ?' என்றனர். எனக்குள்ளும் மீண்டும் மா.அரங்கநாதனைச் சந்திப்பேனா அப்படியே சந்தித்தாலும் அது ஒரு இயல்பான சந்திப்பாக அமையுமா? என்ற சந்தேகம் வந்தது.

ஆனால் பிற்காலத்தில் மா.அரங்கநாதன் அன்றாடம் உரையாடும் நபர்களில் நானும் ஒருவனானேன். மா.அரங்கநாதனுடனான எனது வாழ்நாள் பிணைப்பை இப்படி இருக்குமென ஒருநாளும் எதிர்பார்த்திருக்கவில்லை. சென்னையில் எங்கள் சந்திப்பு அடிக்கடி நிகழ்ந்தது... தனது வாழ்வின் கடைசி சில ஆண்டுகளை அவர் புதுச்சேரியில் கழித்த போதிலும் அங்கும் சென்று பலமுறை அவரைச் சந்தித்து உரையாடியிருக்கிறேன். அன்றாடம் ஒருமுறையாவது கைபேசியில் அழைத்துப் பேசுவார். ஒருநாள் 'இன்றுடன் எனது கைபேசியை அணைத்து விடப் போகிறேன்' என்றார். 'ஏன் அப்படி சொல்கிறீர்கள்?' என்றபோது, 'எனது பொருட்களை எல்லாம் எடுத்துக் கொண்டு நான் ரயில் நிலையத்திற்கு வந்துவிட்டேன். வண்டிக்காகக் காத்திருக்கிறேன்' என்றார். 'வேண்டுமானால் வண்டி வருமுன் வந்து பார்த்துவிட்டு போ' என்ற அவரது அழுத்தமும் தீர்ககமுமிக்க சொற்கள் இன்றுவரை எனக்குள் எதிரொலித்துக் கொண்டே இருக்கின்றன...

அதுவரை படித்திருந்த பிற தமிழ்ச் சிறுகதைகளிலிருந்து விலகி மா.அரங்கநாதனின் சிறுகதைகளோடு எப்படி ஒன்றிப்போனேன் என்று இப்போது நினைத்துப் பார்க்கிறேன். மா.அரங்கநாதன் 1932-ம் வருடம் நவம்பர் மாதம் மூன்றாம் தேதி திருவெண்பரிசாரம் என்ற தென் தமிழகத்தின் கிராமம் ஒன்றில் பிறந்தார். இவரை நாஞ்சில் மண்ணைச் சேர்ந்தவர் என்று சொல்வதுதான் பொருத்தமானது. இவரது தந்தையாரின் பெயர் மாதேவன், தாயார்-பார்வதியம்மாள். சென்னை மாநகராட்சியில் பணியாற்றி ஓய்வுபெற்றவர். பணி ஓய்வுக்குப்பின் சென்னையிலும் கடைசி சில ஆண்டுகள் புதுச்சேரியிலும் வாழ்ந்து 2017ம் ஆண்டு ஏப்ரல் மாதம் 16-ம் தேதி சென்னையில் காலமானார். புதுச்சேரியில் நல்லடக்கம் செய்யப்பட்டார்.

அவரது சிறுகதைகளின் தனித்துவம் எனக்குப் பிடிபட்ட சந்தர்ப்பத்தை மீண்டும் நினைக்கத் தோன்றுகிறது. 1980-களின் பிற்பகுதியில் அப்போது எனக்குப் பழக்கமாகியிருந்த கவிஞர் அக்னிபுத்திரன் (கனல்மைந்தன்) தான் குடும்பத்துடன் பெங்களூர், மைசூர் முதலிய இடங்களுக்குச் செல்லப் போவதாகவும், நானும் உடன் வரலாம் எனவும் அழைத்தார். அங்குள்ள இலக்கிய நண்பர்களைச் சந்திக்கத் திட்டம்... பெங்களூரில் ப.கிருஷ்ணசாமி (ப.சகதேவன்) அவர்களது இல்லத்தில் தங்கலாம் என்று என்னைத் தன்னுடன் அழைத்துச் சென்றார். அதே மாதிரி பெங்களூரில் கிருஷ்ணசாமி வீட்டில் தங்கினோம். அதுமுதல் வருடத்திற்கு ஓரிரு முறை பெங்களூருக்குப் போய் ப.கிருஷ்ணசாமி வீட்டில் தங்கி வருவது வழக்கமானது. அப்படி ஒரு சந்திப்பில் தமிழில் மிக முக்கியமான ஒரு சிறுகதைத் தொகுப்பு என்று 'வீடுபேறு' தொகுப்பைப் பற்றி அவர் குறிப்பிட்டார்... நானும் அத்தொகுப்பை வாசித்திருந்ததினால், அது குறித்துப் பேசினோம். முத்துக்கறுப்பன் பற்றிய கிருஷ்ணசாமியின் பார்வை எனக்கு மிகவும் வித்தியாசமானதாய்த் தோன்றியது. அந்தப்பருவத்தில் அவரைப்போல் மா.அரங்கநாதனை உள்வாங்குவதற்கான பக்குவம் எனக்கு இருக்கவில்லை. ஆனால் தமிழ் மரபிற்கும், மா.அரங்கநாதனின் சிறுகதைகளுக்கும் உள்ள தொடர்பை அவர் விளக்கிய விதம் ஆழமாக என்னுள் படிந்துவிட்டது. அன்று அதன் பரிமாணங்கள் அனைத்தும் எனக்குக் கைகூடவில்லை. கிருஷ்ணசாமி மூலம் தான் எனக்குத் தமிழவனின் அறிமுகம் கிடைத்தது.

பிறகு 1994 வாக்கில் தமிழவன், நாகார்ஜுன், டி.கண்ணன் ஜி. நஞ்சுண்டன் ஆகியோருடன் நானும் சேர்ந்து நடத்திய 'வித்தியாசம்' இதழ் 'காவ்யா' வெளியீடாக வந்து கொண்டிருந்தது. ஒருநாள் பணசங்கரியிலுள்ள தமிழவன் இல்லத்தில் இதழின் எதிர்காலத்திட்டங்கள் குறித்துப் பேசிக்கொண்டிருந்த போது தமிழவன் இரு சிறப்பிதழ்கள் கொண்டுவரலாம் என்று யோசனை சொன்னார். ஒன்று வள்ளலார் ராமலிங்க அடிகள் மீது. இன்னொன்று மா.அரங்கநாதன் மீது... அப்போதுதான் மா.அரங்கநாதனின் 'ஜேம்ஸ் டீனும் செண்பகராமன் புதூர்க்காரரும்' என்ற சிறுகதையை வாசித்திருந்தேன். அச்சிறுகதையின் நவீனத்துவமான கதையாடல் அமைப்பைப் பற்றிப் பேசினேன். அச்சிறுகதைதான் மா.அரங்கநாதனை எனக்கு வேறொரு பரிமாணத்தில் வாசிக்க வைத்தது. ஆர்வம் தூண்ட அரங்கநாதனின் சிறுகதைகளை மீண்டும் ஒவ்வொன்றாக வாசித்தேன். அவர் தமிழ்ச் சிறுகதைகளின் மிக முக்கியமான படைப்பாளி என்பது எனக்கு நிரூபணமானது.

ஒரு முறை 'ஆழி பதிப்பக' நூல் வெளியீட்டு விழாவில் ஆர்.மகாதேவன் அவர்களை தமிழவனுடன் சந்திக்கும் வாய்ப்புக் கிட்டியது. அத்தருணத்தில் மா.அரங்கநாதன் அவர்களை ஒரு நீண்ட நேர்காணல் செய்து புத்தகமாக வெளியிட வேண்டும் என்ற விருப்பத்தைத் தெரிவித்தேன். தமிழவன் அவர்களும் அதனை முன்மொழிந்தார். விரைவில் செய்துவிடலாம் என்று உறுதியளித்து மகாதேவன் விடைபெற்றார்.

2011ஆம் ஆண்டு அரங்கநாதன் புதுச்சேரிக்குக் குடிபெயர்ந்திருந்த தருணம். அவரை நேர்காணல் செய்யப்போகும்போது என்னுடன் ஜி.ஆர் தேவராஜனும் வந்தார். முதல் இரண்டு நாட்கள் தொடர்ச்சியாக ஒலிப்பதிவும் ஒளிப்பதிவும் செய்தோம். படைப்பு, தத்துவார்த்த நோக்கு, அவைதீகம், சைவசித்தாந்தம், சங்கப்பாடல்களில் தென்படும் இன்மை என்பது தொடர்பான விரிவான கேள்விகள் அவரிடம் கேட்கப்பட்டன. அவற்றுக்கெல்லாம் மிக விரிவாக பதில்களைத் தந்தார். சென்னை திரும்பியதும், அதைப் போட்டுப் பார்த்து விட்டு, விடுபட்டுப் போன விஷயங்களை பூர்த்தி செய்ய மறுபடியும் புதுச்சேரி சென்று மேலும் இருநாட்கள் பதிவு செய்து கொண்டு வந்தோம். அதை எழுத்துருவாகத் தட்டச்சு செய்தவர் ஜி.ஆர்.தேவராஜன். அந்த நேர்காணல்தான் இன்மை-அனுபூதி-இலக்கியம் என்ற தலைப்பில் தமிழவனின் முன்னுரையுடன் வெளியானது. அதனைத் தொடர்ந்து புது எழுத்து வெளியீடாக அதன் ஆசிரியர் மனோன்மணி அரங்கநாதன் சிறப்பிதழ் ஒன்று கொண்டு வந்தார்.

2. மா. அரங்கநாதனின் தமிழ்த்துவம்

'தமிழ்த்துவம்' என்று சொல்ல முடிகிற தமிழ் மரபின் பல தனித்துவப் பண்புகள் கொண்ட எழுத்தாளர் என்று மா. அரங்கநாதனைச் சொல்லலாம். அதை ஏற்றுக் கொண்டால் அப்படிப்பட்ட தனிப்பண்புகள் எவை என்பதை நாம் வரையறுக்க வேண்டும். இவ்வினாவிற்கான விடையை அவரது சிறுகதைகள், நாவல்கள், கட்டுரைகள் மற்றும் நேர்காணல்கள் ஆகிய பிரதிகளின் வாசிப்பிலிருந்துதான் பெற வேண்டும்.

அவரது தனித்துவம் என்பது பெரும்பாலும் அவரது சிறுகதைகளில் தான் நிறைந்து காணப்படுகிறது; தனது மரபின் ஆழம் பற்றிய தீவிரமான தேடலை தனது படைப்புகள் மூலம் அவர் நிகழ்த்திக் கொண்டேயிருந்தார். தமிழுக்கான சுயமரபுள்ள மெய்யியல் பார்வையை அவர் கொண்டிருந்தார். அந்த மெய்யியல் சங்ககாலம் தொட்டு இன்றுவரை ஒரு தொடர்ச்சரடாக இருந்து வருகிறது என்று திடமாக நம்பினார். இதன் அடிப்படை காரணமாக அவர் எழுத்துக்களின் உள்ளார்ந்த தன்மை வடிவம் பெற்றது. சங்க இலக்கியத்தின் (கவிதைகள்) உட்பொருள் எனக்கருதப்படும் இம்மை வாழ்வின் கூறுகள் மற்றும் அதில் பயின்றுவரும் தனித்துவமான இன்மைப் பண்பு ஆகிய இரண்டையும் உள்வாங்கியதின் விளைவாக அரங்கநாதனின் சிறுகதைகளும்; இம்மை வாழ்வின் கவித்துவமும் இன்மைப் பண்பின் பொருண்மையும் கொண்டனவாக உள்ளன. அவரது சிறுகதைகளும் நாவல்களும் இம்மை வாழ்வினைச் சுற்றியே பின்னப்பட்டுள்ளன. அதில் சொல்லப்படாமல் விடப்பட்டுள்ள இடங்கள் வாழ்வின் இன்மைக் கணங்களைக் குறிக்கின்றன.

மா.அரங்கநானின் எழுத்துமுறை அதிக பக்கங்களில் அல்லாமல் கச்சிதமான (Brevity) வடிவத்தில் வெளிப்படுவது. இது அவரது எழுத்துக்களின் தனித்த பண்பு. கதையாடலை நிகழ்த்தும் போக்கில் தனது அழுத்தமான உணர்வையும், பொருண்மையையும் பிரதிகளில் பதித்துவிடும் ஆற்றல் கொண்டது அது. நேர்த்தியான தொடர்களை எழுதுவதின் மூலமாக பொருண்மையின் அடர்த்தியைக் கூட்டவல்லதாக அது ஆகி விடுகிறது. வாழ்வின் பன்மைச் சட்டகங்களை அகவயப்படுத்தி, அதனைப் புறவயப்படுத்தும் தன்மை கொண்டவை அரங்கநாதனின் பிரதிகள். ஒரு கதையை முழுமையாக சொல்லிமுடித்துவிட்டாரா அல்லது இன்னும் தொடரப்போகிறாரா என்னும் வகையில் அமைந்தவை. அத்தோடு சில புதிர்மையான புள்ளியில் கதை சொல்வதை நிறுத்திக் கொண்டுவிடும் பாணியும் கொண்டவை. கதையின் ஓட்டத்தில் மறைந்துவிடும் இணைப்புகள் கதையின் முடிவில் இணைந்து கொள்வதும் நிகழும்.

‘முத்துக்கறுப்பன்’ என்ற பெயர் மா.அரங்கநாதனின் சிறுகதைகளோடு ஆழ்ந்திருக்கும் சொல். இதை வெறும் பெயர்ச் சொல்லாக மட்டுமே பொருள்கொள்ளவியலாது. இதற்கப்பால் வேறொரு குறிப்பீடு இதில் உள்ளடங்கியிருக்கிறது... முத்துக்கறுப்பன் வெறும் கதாபாத்திரமாக மட்டுமே இங்கு செயல்படவில்லை. அவன் மரபான கதைசொல்லும் முறையில் இயங்குபவனும் அல்லன். முத்துக்கறுப்பன் மா.அரங்கநாதனின் ‘மெய்யியல்’ உலகை அல்லது அறிதலைச் சுட்டும் குறியீடாக விளங்குகிறான். தமிழின் சுயமரபிலிருந்து விளைந்த மெய்யியலின் வெளிப்பாடு தான் முத்துக்கறுப்பன். பல நூற்றாண்டுகளின் வழியே திரண்ட மெய்யியல் பார்வையைத் தனது பண்பாகக் கொண்டிருக்கிறான் முத்துக்கறுப்பன். இந்த மெய்யியல் தமிழில் வைதீகத்திற்கு எதிரான அவைதீக குரலாக தமிழ்க்கொடி மரபில் இருந்து வந்துள்ளது என்பது அரங்கநாதனின் உறுதியான நம்பிக்கை. தனது இலக்கியப் பார்வை என்பது சங்க இலக்கியம், காப்பியம், பக்தி இலக்கியத்தில் துவங்கி சித்தர்களின் வழியாக திருமூலர் மற்றும் வள்ளலார் (இராமலிங்க அடிகள்), பாரதியார், பாரதிதாசன், புதுமைப்பித்தன் வரையிலொரு நீட்சியும் மரபுத் தொடர்ச்சியும் கொண்டது என்று சொல்லிவந்தார். ‘அவைதீகம்’ என்ற சொல்லிற்கான பொருளை மா.அரங்கநாதன் எவ்வாறு பொருள் கொள்கிறார்?

‘பழமையானவை எல்லாம் மறுத்து சொல்வது என்பது ஒரு பெரிய விஷயம் அல்ல. பழமையானதெல்லாம வைதீகம் - என்றும் சொல்ல முடியாது... வைதீகம் என்றால் பழமையே போதும். இதற்குமேல் போகவேண்டாம் என்பது. இது இருந்தால் நமக்கு நல்லது என்பது. அது சுயநலம்.’ (இன்மை -அனுபூதி- இலக்கியம் பக். 26-27)

வைதீகமும் அவைதீகமும் ஒருவித மனோபாவம்தான் என்பது மா.அரங்கநாதனின் நிலைப்பாடு. அத்தகைய அவைதீக மனோபாவத்தின் வெளிப்பாட்டுக் குறியீடாகத்தான் ‘முத்துக்கறுப்பன்’ என்ற புனைஉயிரியை தனது சிறுகதைகளில் உருவாக்கி உலவவிட்டிருக்கிறார். அதேவேளையில் முத்துக்கறுப்பன் என்பவன் ஒற்றைக் குறிப்பீட்டை அல்லது அடையாளத்தைத் தாங்கியுள்ளவனும் அல்லன். அவன் தமிழ்க் கலாச்சாரத்தின் பல்வேறு வாழ்வியல் நெறிகளின் இழைகளை விரித்துக் கொண்ட பன்மையுரு என்று கூறுவது பொருந்தும். அவனது குரல் தமிழ்க் கொடிமரபின் பன்மைத்தன்மையினை எதிரொலிக்கும் குரல். இது எந்தவொரு தனி கருத்தாக்கத்தின் பக்கச்சாய்வுமின்றி ஒலிக்கும் ஒரு குரல். அரங்கநாதனது சிறுகதைகளும், நாவல்களும் ஒரே மாதிரியான சுபாவத்தை வெளிப்படுத்தவில்லை என்பதை இங்கு

கவனிக்க வேண்டும். முத்துக்கறுப்பன் ஒவ்வொரு பிரதியிலும் அப்பிரதியின் எல்லையில் நின்று இயங்குபவனாக நடந்துகொள்கிறான். அந்தந்த கதையாடலின் போக்கில் அவ்வப்போது எழும் வாழ்வின் முரண்களின், நெருக்கடிகளின் இடையில் செயலாற்றுபவனாக உள்ளான். தனது அவைதீக நெறியில் நின்ற வண்ணமாக, அதாவது அம் மனோபாவத்துடன் தன்நிலை மீதான விசாரணையை ஊக்குவிக்கும் கதைசொல்லலின் புள்ளியாக இயங்குகின்றான்.

முத்துக்கறுப்பன் நம் சுயமரபின் குறியீடாக இருந்தாலும் தான் சார்ந்த கலாச்சாரத்தின் வட்டத்திற்குள் மட்டுமே உலவக்கூடியவனாக இல்லை. தான் சாராத பிற கலாச்சாரத்தோடும் உரையாடுபவனாக அவனை உருவாக்கியுள்ளார் மா.அரங்கநாதன். ஒரு கலாச்சாரம் பிற கலாச்சாரத்தோடும் ஏற்படுத்திக் கொள்ளும் பரிமாற்றத்தின் பயனாகப் பெற்ற புதிய விழுமியத்தின் பார்வையை முத்துக்கறுப்பன் பிரதிபலிக் கிறான். தமிழ்த்தன்மையுடன் கூடிய சைவசித்தாந்தக் கூறுகளையும் இணைத்தே இங்கு பேச வேண்டும். சைவசித்தாந்தத்தை அவைதீக நெறியின் தொடர்ச்சியாகவே காண்கிறார் மா.அரங்கநாதன். தமிழ்ச் சிறுகதை மரபில் இப்படியொரு முகிழ்ச்சி ஒரு புது வகையானது.

தமிழ்த்தன்மைமிக்க மெய்யியலையும், அவைதீக மரபுடன் இணைந்த சைவ-சித்தாந்தக் கூறுகளையும் இணைத்துத்தான் மா.அரங்கநாதனின் படைப்புக்களை அணுகவேண்டும். தமிழின் பண்டைய மரபின் தொடர்ச்சியாக அவர் கொண்டிருந்த சிந்தனையைத் தன்வயப் படுத்தித்தான் தனது சிறுகதைகளின் உட்களன்களை அமைத்திருக்கிறார் அரங்கநாதன். “மா.அரங்கநாதன் அவைதீகத்தை ஒரு அறிவு - அழகியல் - தமிழ் அரசியல் இயக்கத்தின் அடிப்படை அறிவுமுறையைப் பார்க்கிறார்” என்கிறார் தமிழவன்.

தனது சிறுகதைகளின் வெளிப்பாட்டுமுறைக்கான எழுத்துமுறையை எங்கிருந்து பெற்றார் என்ற கேள்விக்கு பதில் சொல்லும்போது அது சங்க இலக்கியத்தில் வரும் இன்மை தன்மையின் தாக்கத்தினால்தான் என்று அரங்கநாதன் கூறுகிறார். இதனால் தானோ என்னவோ அவரது சிறுகதைகளில் பெரும்பாலானவை முடிவேதும் இல்லாததாக நமக்குத் தோன்றுகிறது. இதைப் பற்றிக்கூறும்போது,

“அது என்னை அறியாமலேயே வந்த ஒரு நிகழ்ச்சி என்றுதான் சொல்லவேண்டும். பொதுவாக எல்லோருக்கும் தெரிந்த பாடலை எடுத்துக் கொண்டோமானால், அணிலாடு முன்றிலார் எழுதிய ‘நேற்றைக்கு ஒரு திருவிழா போல ஒரே கூட்டம்... தெருவெல்லாம் கூட்டம், ஊர்

ஊராக சத்தம் முழக்கம், வீடுதோறும் கூட்டம், முற்றத்திலே கூட்டம் இன்றைக்கு ஊரே காலி, முற்றத்திலே அணில்கள் ஓடிக்கொண்டிருந்தன" என்று சொல்லக்கூடிய ஒரு கவிதையை, அந்தக் கவிதையிலே பொருள் வயிற்பிரிந்த கணவனைப் பற்றி தலைவி தோழியிடம் சொல்வது போல அணிலாடு முன்றிலார் எழுதியிருப்பார். அணிலாடு முன்றிலாருக்கும் தொல்காப்பியனுக்கும் முன்பே அந்தத் திணை இருந்திருக்கிறது. அணிலாடு முன்றிலாரின் பாடல்,

> காதலர் உழையராகப் பெரிதுஉவந்து
> சாறுகொள் ஊரின் புகல்வேன் மன்ற
> அத்தம் நண்ணிய அம்குடிச் சீறூர்
> மக்கள் போகிய அணில்ஆடு முன்றிற்
> புலப்பில் போல புல்லென்றல்
> அப்பென் தோழிஅவர் அகன்ற ஞான்றே

- அணிலாடு முன்றிலார் - (குறுந்தொகை 41)

(பிரிவிடை வேறுபாடு கண்டு கவன்ற தோழிக்குக் கிழத்தி உரைத்தது)

'தோழி! காதலர் பக்கத்திலேயே உள்ளவராக மிகவும் மகிழ்ச்சி யுற்று விழாக் கொண்ட ஊரினர் மகிழ்வதைப் போல நான் விரும்பி மகிழ்வேன். ஆயின் அவர் என்னை விட்டுப் பிரிந்த அப்பொழுதே பாலை நிலத்தில் பொருந்திய அழகிய குடிகளையுடைய சிற்றூரிலே மக்கள் எல்லோரும் நீங்கிச் சென்ற அணில் விளையாடுகின்ற முற்றத்தை உடைய தான தனிமைப்பட்ட வீட்டைப்போலப் பொலிவிழந்து வருந்துவேன்'

'தலைவன் பிரிவினால் தான் உறும் வருத்தம் இயல்பானதே என்பதனைத் தலைவிப் புலப்படுத்துகிறாள்' (உரைவிளக்கம் பேராசிரியர் மு. சண்முகம் பிள்ளை)

'பொருள்வயிற் பிரிவு-அது இருந்ததினால்தானே தொல்காப்பியன் எழுதினான். தொல்காப்பியனுக்கு ஆயிரக்கணக்கான வருடங்களுக்கு முன்பே பேசப்பட்டு வந்த ஒரு மொழி தமிழ்... இது ஆய்வாளர்கள் சொல்லியாகிவிட்டது.

அந்தப் பழங்குடி மரபிலே பலகாலம் இருந்த ஒரு சடங்கு பொருள்வழிப் பிரிவு - அவன் கடல்கடந்து போவான். அந்த நிலையைச் சொல்வதன் மூலம் இந்த அணிலாடு முன்றிலார் வேறுவிஷயத்தைச் சொல்கிறார் அது என்ன? பொருள்வழிப் பிரிவைப் பற்றி அணிலாடு

முன்றிலார் சொல்லியா நாம் தெரிந்து கொள்ள வேண்டும்? தொல் காப்பியன் இலக்கணம் பண்ணினான். இவர் கவிதையல்லவா எழுதினார். கவிதையில் பொருள் வழி பிரிவைப் பற்றியா சொல்வார்?

அந்த அணிலாடு முன்றிலார் என்ற மனிதன் பயங்கரமான தத்துவப் படிப்பு படித்தவனாக இருக்க வேண்டும். கிரேக்க இலக்கியம், சமஸ்கிருதம், தமிழ், ஹீப்ரு அந்தக் காலத்தில் இருந்த எகிப்திய இலக்கியத்தில் ஒன்றிரண்டுகூட படித்திருப்பான். இதில் எல்லோருக்கும் தோன்றும் ஒரு கேள்வி, 'நாம் எல்லாம் யாரு? நம்ம தாத்தா பாட்டியெல்லாம் இருந்தாங்க, நம்முடைய முன்னோருங்க எல்லாம் இருந்தாங்க போயிட்டாங்க இப்ப நாம் இருக்கிறோம். போகப் போகிறோம். நம்முடைய பேரப்பிள்ளைகள், பிள்ளைகள், இவர்கள் எல்லாம் பிறந்தார்கள். பிறக்கப் போகிறார்கள், போகப் போகிறார்கள். அப்படியானால் இந்த நீண்ட சங்கிலிக்கு அர்த்தம் என்ன? இந்தக் கேள்வி அவனைத் துளைத்தது. அந்தக் காலத்திலே சாக்கரடீஸுக்குத் துளைத்திருக்க வேண்டும். அரிஸ்டாட்டிலுக்குத் துளைத்திருக்க வேண்டும். அதற்கு முன்னாலே எப்பவோ புத்தருக்குத் துளைத்திருக்க வேண்டும் எல்லா மதவாதிகளும், தத்துவவாதிகளும் கேள்வி கேட்டார்களே ஒழிய பதில் சொல்ல முடியவில்லை. இப்படி பதில் சொல்ல முடியாத விஷயத்தில் என்ன சொல்ல வேண்டும்? அவனுக்கு ஒரு சிலிர்ப்பு ஏற்பட்டிருக்கிறது. அதை உங்களிடம் சொல்லவேண்டும் என்ற ஒரு அவா கிடைச்சிருக்கிறது. சொல்கிறான் எப்படி சொல்ல முடியும்? அவனுக்குத் தெரிந்த ஒரு விஷயத்தை வைத்து தானே சொல்ல முடியும் ஒரு படைப்பிலக்கியத்தோட இலக்கியப் பண்பே இதுதானே. உங்களுக்குத் தெரிந்த ஒரு விஷயத்தைக் கொண்டு இதுவரை சொல்லாத ஒரு விஷயத்தைச் சொல்கிறோம். அதை அவன் சொல்கிறான். தேரோட்டம், தேர் போகிறது, விழா எடுப்பதெல்லாம் அந்த ஊர் வழக்கம் ஒரே கலகலப்பாக இருந்தது, இப்போது அந்தக் கலகலப்பு இல்லை. அசைவின்மையை எப்படிச் சொல்ல முடியும்? அசைவின் மூலம்தான் சொல்லமுடியும். ஒண்ணுமே இல்லாத ஒன்றை அணில் ஓடுவதன் மூலமாக இன்னொன்றைச் சொல்கிறது... இந்தக் கவிதைப் பண்பு மனசை ரொம்பக் கவர்ந்தது. பூங்குன்றனார், அணிலாடு முன்றிலார் இன்னும் ஒன்றிரண்டு பேர் எல்லோருமே ஒரே ஒரு கவிதைதான் எழுதியிருக்கிறார்கள். இவர்கள் பேர்கூடத் தெரியாது. இது இன்மையைப் பற்றியுள்ள சமாச்சாரம்தானே. இது எனக்கே தெரியாமல் உள்மனதில் இருந்திருக்கலாம். இது ஒரு வெளிப்பாடு'.

(மா. அரங்கநாதன் - 'இன்மை அனுபூதி இலக்கியம்' பக். 23-24)

தனது சிறுகதைகளின் முக்கியமான பொருண்மைப் பண்பான ‘இன்மை’யினை எங்கிருந்து பெற்றார் என்பதை மேலே உள்ள மா.அரங்கநாதனின் வரிகள் தெளிவு படுத்துகின்றன. அசைவின்மையை அசைவின் வழியேதான் சொல்ல முடியும் எனும்போது, இன்மையினை இருப்பதின் மூலமாகவே புலப்படுத்த முடியும் என்கிறார். மேலும் அரங்கநாதன் சிறுகதைகளில் தென்படும் முதல்நிலைக் கதையாடல் / இரண்டாம் நிலைக் கதையாடல் என்பவற்றில் முதல்நிலைக் கதையாடல்கள் கதை மாந்தர்களின் வழியே நடத்தப்படுகின்றன. இரண்டாம் நிலைக் கதையாடல்கள் இன்மையாக்கத்தின் வழியே மா.அரங்கநாதன் நடத்துகிறார். சங்க இலக்கியக் கவிதையின் உள்ளார்ந்த பண்பான ‘இன்மை’யை தனது சிறுகதைகளின் கதையாக்கத் தத்துவமாகவே மாற்றியிருக்கிறார். ஒரு பெரும் மரபின் தொடர்ச்சியில் தன்னையும், தனது இலக்கிய பிரதிகளையும் ஒரு தொடர்ச்சியின் கண்ணியாகவே பாவித்து கொள்கிறார் அரங்கநாதன். அந்தப் பழம்பெரும் மரபின் நவீனத்துவ நவிற்சியாக சிறுகதையாக்கத்தின் குரலாக ஏற்றும் கொள்கிறார். அரங்கநாதனின் சிறுகதைகள் அனைத்திலுமே இத்தகைய கூறுகள் நிறைந்திருக்கின்றன. இதில் முக்கியமாகக் கவனிக்கப்பட வேண்டியது மா.அரங்கநாதன் கூறும் ‘இன்மை’ என்பது மதம் சார்ந்தது அல்ல என்பது தான்... மாறாக, அது மனிதன் சார்ந்த மற்றும் வாழ்க்கை சார்ந்த இன்மை என்பது அரங்கநாதனின் வாதம்... முத்துக்கறுப்பன் இத்தகைய நுட்பமான அவைதீக இன்மை உரியவனாக இவரது சிறுகதைகளில் உலவுகிறார்.

இவற்றோடு கூட சைவசித்தாந்தக் கருத்துக்களையும், தனது சிறுகதைகள் வழியே இழைய விட்டிருக்கிறார் மா.அரங்கநாதன். பக்தி இலக்கியத்தின் வழியே பயணித்து சைவசித்தாந்தத்தை அடையும் முயற்சி இது... மேலும், சித்தர்களின் பாடல்களில் பொதிந்துள்ள அவைதீகத்தையும் உள்வாங்கிக் கொண்டுள்ளார். அவரது சிறுகதைகளில் காணப்பெறும் மேலுமொரு சிறப்பம்சமாக ஜே. கிருஷ்ணமூர்த்தியின் பாதிப்பையும் குறிப்பிடலாம். இவை எல்லாவற்றையும் அவைதீக கருதுகோள்களாக விரித்துக் கொண்டு செல்கிறார்... இவரது படைப்புக்களில் காணப்படும் முடிவின்மை என்ற தன்மைக்கு இதுவும் ஒரு காரணமாக இருக்க வாய்ப்புள்ளது. இதைப்பற்றி மா.அரங்கநாதன் கூறுவதைக் கீழே பார்க்கலாம்.

‘பக்தி இலக்கியமென்று சொல்லக்கூடிய வகையிலே என்னதான் தமிழ் வைதீகம் அதில் இருந்தாலும், அவர்கள் எல்லோரும் ஒரு நல்ல காரியத்தைச் செய்திருக்கிறார்கள். அதாவது வேதமதம் என்று

சொல்லக்கூடியது இங்குள்ள மதத்தைச் சீரழிக்காமல், இந்த நாகரீகத்தைக் காப்பாற்ற பக்தி இலக்கியம் பாடுபட்டிருக்கிறது. அது சமஸ்கிருத இலக்கியத்திலும், வைதீகத்தை எதிர்த்த இலக்கியத்திலும் நிறைய உண்டு. இந்த 18 புராணங்களில் விஷ்ணுபுராணம், பாகவதம் வந்த பிற்பாடுதான் அவதாரம் நமக்குக் கிடைத்தது. ஆனால் சிவபுராணத்தில் தட்சன் வந்து இந்திரனுக்கு அவிசை கொடுக்கிறான். இந்திரனுக்கு அவிசை கொடுப்பதென்பது ஒரு தந்திரம். நீ உன்னுடைய கடவுளை பூசை செய்யாதே, என்னுடைய கடவுளை பூசை செய் என்று அவனை வற்புறுத்தி, அதைப் பண்ணின ஒரு விஷயத்தைச் சிவன் வந்து முறியடித்து, அந்த அவிசை தானே வாங்கிக் கொள்கிறார். அது ஒரு புரட்சி. பக்தி இலக்கியச் சாரார்களெல்லாம் அதைப் பின்பற்றி இருக்கிறார்கள். சிவபுராணம் அப்படித்தான் எழுதப்பட்டது. அது வேறு விஷயம். அதுமாதிரி எல்லாவிதமான வைதீக மதத்தினுடைய காரியங்களெல்லாம் எதிர்த்து இவங்க செய்வதினால் பக்தி இயக்கத்தை - இலக்கியத்தை நாம் ஏன் ஏற்கிறோம் என்றால், இந்த நேரத்தில் இவனைக் கூப்பிடாமல் என்னக் கூப்பிடு என்று அவன் சொன்னதை விட்டுவிட்டு, இதுதான் உங்க கடவுள் அப்படியென்று சொல்கிறான். கடவுள் உண்டா, இல்லையா? என்ற கேள்வியை விட்டுவிட்டு, நாராயணனோ, சுடலை மாடனோ அல்லது சிவனோ இந்த வேத மதம் வருவதற்கு முன்னாலேயே இங்கிருந்த எங்களுடைய பூர்வகாலக் கடவுளென்று சொல்கிறதா இல்லையா? அப்படி சொல்லிவிட்டதென்றால் ஏன் ஏற்றுக்கொள்ளக்கூடாது? அது அந்தக் குறிப்பிட்ட காலத்தில் அது ஒரு குறிப்பிட்ட திருப்பம். அந்தத் திருப்பத்தை நாம் ஒப்புக் கொண்டால்தானே, இப்போது இருக்கும் திருப்பத்தையும் ஒப்புக் கொள்ள முடியும். அது ஒரு ஆரம்பம். பக்தி இயக்கம் அல்லது பக்தி இலக்கியத்தின் ஆரம்பக் கட்டம். வைதீக எதிர்ப்புக்குப் பக்தி. அது பழமையான விஷயங்களில் வளர்ந்து வந்திருக்கிறது. என்று சொல்லலாம். அந்தப் பக்தி இலக்கியம் இல்லையென்றால், என்ன ஆகியிருக்கும்? நீ என்ன வேண்டுமானாலும் செய், சமஸ்கிருதத்தில் எழுதி வைத்திருக்கிறார்கள். வேதத்தை ஒப்புக் கொண்டு சமஸ்கிருதத்தில் எழுதி வைத்துவிடு அதுபோதும். அப்படிச் சொல்லக்கூடியது வைதீகம். கடவுள் இல்லையென்று சமஸ்கிருதத்தில் சொன்னால் ஏற்றுக் கொள்வார்கள். தமிழில் சொன்னால் ஏற்றுக்கொள்ள மாட்டார்கள், அப்படித்தானே இருக்கிறது. சமஸ்கிருதத்தில் சொன்னால் ஏற்றுக் கொண்டு விடுவார்கள், ஆனால் பெரியார் சொன்னால் ஏற்றுக்கொள்ள மாட்டார்கள். இந்த மாதிரிப்பட்ட விஷயத்தை நாம் வைதீக எதிர்ப்பு என்று சொல்லலாம்.

சித்தர்களும் அப்படிப்பட்டவர்கள்தானே. சிததர்கள் கடவுள் இருக்கிறாரா, இல்லையா என்பதில் ஆழமாகப் போகவில்லை. தொட்டுத் தொட்டு பார்த்து விட்டுவிட்டார்கள். அப்படிப் போயிருந்தால் என்ன சொல்லியிருப்பார்கள் முடிவிலே... இப்போது நீங்க கேட்பதுபோல, இடைகாட்டுச் சித்தர்கிட்ட கேட்டிருந்தால் என்ன சொல்லியிருப்பார்? இராமலிங்கரைவிடவா பெரிய சித்தர், திருமூலர், இராமலிங்கரைவிடவா? இராமலிங்கர் என்ன சொன்னார்? நீ சைவ மதத்தைக்கூட விட்டுவிடு என்றல்லவா சொல்கிறார் - சைவ சித்தாந்தம் கூட உனக்கு வேண்டாம், எதுவுமே வேண்டாம். இதுதானே ஜே.கிருஷ்ணமூர்த்தி சொன்னது. அதாவது வைதீக எதிர்ப்பு என்பது பிராமண எதிர்ப்பில்லை. ஜே.கிருஷ்ணமூர்த்திக் கூட பிராமணர்தானே?

(இன்மை- அனுபூதி- இலக்கியம்) (பக். 27 - 28)

மா. அரங்கநாதனின் படைப்பிலக்கியத்தின் ஊற்றுக்களில் இரண்டு அம்சங்கள் உண்டு. ஒன்று அவைதீகச் சிந்தனை. இரண்டு சங்க இலக்கியத்தின் இன்மைப் பண்பு. ஆனால் இவ்விரு புள்ளியிலேயே தங்கிவிடாமல் மேற்கத்திய இலக்கியப் போக்குகளுடனும், தன்காலத்திய இலக்கியப் போக்குகளுடனும் பரிச்சயம் கொண்டிருந்தார். மா.அரங்கநாதனுடைய சிறுகதைகளிலும், நாவலிலும் பல மேற்கத்திய எழுத்தாளர்களின் படைப்பாக்க நெறிகள் இயல்பாக தமிழ்மயப்பட்டுள்ளன. பாத்திரத்தின் உளவியல், மற்றும் தன் வெளிப்பாட்டுத் தன்மைகளைக் குறிப்பிட்டுச் சொல்லலாம். மேற்கத்திய எழுத்தாளர்களில் வில்லியம் ஃபாக்னர், ழூான் பால் சார்த்தர், கம்யூ, டால்ஸ்டாய், ஆண்டன் செகாவ், வில்லியம் சரோயன், ஃபிரான்ஸ் காப்கா, ஜான் ஸ்டீன்பெக். ஹெமிங்வே ஆகியோரது தாக்கம் உண்டு. இவர்களது சிறுகதைகள் மற்றும் நாவல்கள் மா. அரங்கநாதனை பெரிதும் பாதித்திருக்கின்றன. ஒரு படைப்பில் இடம்பெற்றுள்ள நிலப்பரப்பும் மிக முக்கியத்துவம் வாய்ந்தது என்பது அரங்கநாதனின் கருத்து. 'ஈஸ்ட் ஆஃப் ஈடென் (East of Eden) என்ற ஜான் ஸ்டீன்பெக் நாவலை அடிக்கடி குறிப்பிட்டுக் கொண்டே இருப்பார். இவர்களோடு தமிழ் எழுத்தாளர்களான புதுமைப்பித்தன், லா.ச.ரா., தி.ஜானகிராமன் ஆகியோரது எழுத்துக்களும் புதிய வெளிப்பாட்டைக் கொண்டிருப்பதாகச் சொல்வார். கா.நா.சுவின் 'பொய்த்தேவு' கரிச்சான் குஞ்சுவின் 'பசித்த மானுடம்' ஜெயகாந்தனின் சிறுகதைகள் அவரது கவனத்தைக் கவர்ந்தவை. தொ.மு.சி. ரகுநாதன், கு.அழகிரிசாமி ஆகியோரது படைப்புகளும் அவரது கவனம் பெற்றவை.

மௌனியின் சிறுகதைகளில் அரங்கநாதனுக்கு லயிப்பு ஏற்படவில்லை புதுமைப்பித்தனின் சிறுகதைகளைப் போல் மௌனியின் எழுத்துக்கள் அமையவில்லை என்பது அவரது வாதம். 'மௌனி கதைகளைப் பற்றிக் குறையாக நான் எதுவுமே சொல்லவில்லை. புதுமைப்பித்தனைப் படித்த பிற்பாடு மௌனியைப் படித்தேன் அது ஒரு காரணமாக இருக்கலாம்' என்கிறார். மா.அரங்கநாதனது சிந்தனை முறையைப் புரிந்துகொள்ள வேண்டுமென்றால், அவரது வாழ்க்கை சார்ந்த தத்துவார்த்த சட்டகத்தை உள்வாங்கிக் கொள்ள வேண்டும். இம்மை வாழ்வின் அனைத்து அசைவுகளிலும், வேறொரு சர்வ வியாபக அசைவை மிக எளிதாக உருவாக்கியிருப்பதைக் காண முடியும். சொல்வதிலிருந்து சொல்லாததிற்கும், பொருண்மையிலிருந்து பொருண்மையின் அவிழ்த்தலுக்கும் அவரால் ஒரே வாக்கியத்தில் செல்ல முடியும்.

மா.அரங்கநாதன் சிறுகதைகளின் தனித்தன்மைகள் பற்றிக் கூறும் தமிழவன் 'மா.அரங்கநாதனின் கதைகளைப் படிக்கையில் எவ்வளவோ வகைமைகள் கிடைக்கின்றன. அது போல்... சங்க இலக்கியத்துக்கும் முந்திய ஓர் உண்மையைத் தேடுகிறார் மா.அரங்கநாதன்... நவீன எழுத்தாளர் என்று பேர் பண்ணுகிற பலர் சங்க இலக்கியம் என்று சொல்ல விரும்புவதில்லை... ஆனால் மா.அரங்கநாதன் சங்க இலக்கியக் காலம் போதாது என்று கூறி அதற்கும் முன்பு போக விரும்புகிறார். தென்னாட்டுத் தத்துவமாய் சிவன் என்ற உண்மையைக் கூறுகிறார்... பெயர்கள் முக்கியமில்லை என்று கூறுகிறார்..இந்த இடத்தில் பெரியாரை ஏற்கிறாரா மறுக்கிறாரா என்ற சந்தேகம் வரும்... டெல்லி பிராந்தியத்தை ஆள முடியாது... பிராந்தியம் தான் டெல்லியை ஆளும்.. இந்தப் புது இந்திய அரசியலைத் தமிழ்ப்பிராந்தியம் இரண்டாயிரம் ஆண்டுகளாய் முன் வைத்த 'அன்பு', ஆவுடை, இன்மை, சங்க இலக்கியம், திருமூலர், பாரதிதாசன், அரங்கநாதன் - எல்லாம், எல்லோரும் முழங்க வேண்டும். தமிழின் உயிர்த்துவம் அத்தனையையும் அரங்கநாதன் படைப்பாக்கிக் காட்டுகிறார்.

('மா.அரங்கநாதன் கதைகளில் தமிழரசியல் சாத்தியப்பாடுகள்' - தமிழவன்) 'தமிழின் உயிர்த்துவம்' தான் மா.அரங்கநாதனின் கதைப் பிரதிகளின் உள்ளார்ந்த சொல்லாடல் களமாக விளங்குகிறது என்கிறார் தமிழவன்.

சங்க இலக்கியத்தின் கவித்துவத்தை தனது சிறுகதைகளின் கதையாடல் உத்தியாக பயன்படுத்துகிறார். அன்பு, ஆவுடை, இன்மை

என மூன்றையும் படைப்பாக்கத்தின் ஊடுபிரதியாக்கமாகக் கையாளுகிறார் எனலாம். ஒன்றை இங்கு சுட்ட வேண்டும். மா.அரங்கநாதனது சிறுகதையின் வடிவம் அல்லது மொழிக்கட்டுமானம் திருமந்திரப் பாடல்களின் வகைமையைச் சார்ந்துள்ளது. சொற்றொடர் அமைப்புகள், பொருண்மை வெளிப்பாடு, கச்சிதம் என்பவை சிறுகதையின் போக்கில் மிக இயல்பாக இழையொடுகின்றன. அதிகம் இறுக்கமற்ற மொழிநடை. ஆனால் செறிவான கதையம்சம். அதிக நீளமில்லாத வாக்கியங்கள், அளவில் நிறைவான பக்கங்களில் எழுதப்பட்டவை. யாரைப்போலவும், எந்தக் குறிப்பிட்ட உத்தியையும் மையப்படுத்தாமல் ஒருவித வடிவநேர்த்தி கொண்டவையாக இருக்கின்றன. விமர்சகர் ஜமாலன் இதைச் சுட்டிக்காட்டுகிறார்..

'இவரது கதைகள் மிகை உணர்ச்சிகள் அற்றவை. சிறுகதைக்கான ஆரம்பம் உச்சம் முடிவு அல்லது ஒரு குறிப்பிட்ட தருணத்தில் ஏற்படும் திருப்புமுனை போன்ற வழக்கமான அம்சங்களும் குறைவு. யதார்த்தக் கதையாடல்களாகச் சொல்லப்பட்டவற்றில் கற்பனார்த்தம் குறைந்த இயல்பு நவிற்சி என்பதை உத்தியாகக் கொண்ட நடப்பியல் சார்ந்த கதைகளே பெரும்பாலானவை. பாத்திரங்களின் வார்ப்பில் கூட அதன் இயல்புத் தன்மைக்கு மேலாக எந்த ஆசிரியத்துவத்தின் சுமைகளும் ஏற்றப்படுவதில்லை. பெரும்பாலான கதைகள் நேர்க்கோட்டுக் கதையாடலைக் கொண்டவை. ஒரேவிதமான உத்தியடிப்படையில் சென்னைக்குக் குடியேறும் தென்தமிழகத்தைச் சேர்ந்த ஒருவரின் பிரச்சனைப்பாடுகளை மையமாகக் கொண்டவை'

('யதார்த்த மாயை அல்லது மாயையின் யதார்த்தம்' - ஜமாலன்)

இதில் மிக முக்கியமான விஷயம் சென்னைக்குக் குடியேறும் ஒரு தென் தமிழகத்தைச் சேர்ந்த ஒருவரின், இருநிலப்பரப்புகளிடையே நிகழும் மனோமயக்கத்தையும், விழுமியங்களுக்கு இடையே நடக்கும் பிரச்சனைப்பாடுகளையும் கதையாக்கும் சவாலை எதிர்கொண்டவர் மா.அரங்கநாதன். தன் மனதில் தாங்கிக் கொண்டு வந்த சொந்தக் கிராமத்தின் வாழ்வியலுக்கும் குடிபெயர்ந்த சென்னையின் வாழ்நிலைக்கும் மத்தியில் உழலும் தன் சொந்த வாழ்வினை தத்துவார்த்தப் பின்புலத்துடன் பிரதியாக்கியுள்ளார். மா.அரங்கநாதனது வாழ்வியல்நோக்கு என்பது இதைச் சுற்றியே இயங்கியுள்ளது. சென்னைக்குக் குடிபெயர்ந்த பின்னர், சென்னைத் திரையரங்குகளில் பார்த்த மேற்கத்திய ஆங்கிலப் படங்களின் தாக்கமும் மிக முக்கியமானது. திரைப்படங்கள் பற்றியும் பல கட்டுரைகளை அக்காலத்திய (சினிமா

கதிர் போன்ற) பத்திரிகைகளில் எழுதியுள்ளார். திரைப்படங்களின் தாக்கம் இவரது சிறுகதைகளில் நிறையவே உண்டு. தனக்குப் பிடித்தமான ஆங்கில திரைப்பட இயக்குநர்களான வில்லியம் வைலர், செசில் பி டெமில் ஆகிய இருவரைப்பற்றியும் பல நேர்காணல்களில் சொல்லியுள்ளார். 'சாம்சன் அண்டு டிலைலா' என்ற திரைப்படத்தில் வரும் திருமணக் காட்சியைச் சங்ககால பூத்தொடுப்பு முறையோடு ஒப்பிட்டுப் பார்க்கிறார்.

'சென்னையில் நிறைய ஆங்கிலப் படங்கள் பார்த்தேன். 'சாம்சன் அண்டு டிலைலா'வும் வரலாற்றுக்கு முந்தைய பாத்திரங்கள் என்று சொல்லப்படுகிற (ட்ரைபல்) என்று சொல்லப்படுகிற பழங்குடி பாத்திரங்கள். அதில் சாம்சனும் டிலைலாவும் திருமணம் செய்துகொள்கி றார்கள். திருமணம் என்றால் ஒரு சடங்கு இருக்க வேண்டும் அல்லவா? அப்போது என்ன சடங்கு செய்ய முடியும்? தேவாலயம் கிடையாது, கோயில் கிடையாது, தாலி கிடையாது. அதைப் பற்றி பைபிளில் சொல்லப்படவே இல்லை. திருமணம் செய்து கொண்டார்கள் என்று மட்டுமே சொல்லப்பட்டிருக்கிறது. செசில் பி டெமில் சாட்சி ரூபத்தில் ஏதாவது காட்ட வேண்டும். யார் யாரோ ஏதேதோ அதைப் பாருங்கள் என்று சொன்னார்களேயொழிய காட்சிக்கு யாரும் உதவி செய்யவில்லை. அப்போது சிலோனில் இருந்த தமிழ்ப் பாதிரியார் ஒருவர் அமெரிக்கா சென்று டெமிலைச் சந்தித்தார். அப்போது அவரிடம் 'அய்யா உங்களுடைய திராவிட நாகரிகம் பழமையான காலத்தில் இதுபற்றி ஏதாவது குறிப்பிருக்கிறதா? பழமையான காலத்தில் இருந்து இன்று வரை இருக்கக் கூடிய வரலாற்றுச்சின்னம் ஏதாவது சொல்ல முடியுமா?' என்று கேட்டார். இப்படிக்கேட்டதற்கு அவர் சொன்ன ஒரே ஒரு வார்த்தை 'பூ'. இந்தப் பூ மாத்திரமே அந்தக் காலம் முதல் இந்தக் காலம் வரை நல்லது கெட்டது எல்லாவற்றிற்கும் சடங்கு மாதிரி செய்கிறோம்' என்று சொல்லவே, இவர் யோசித்துப் பார்த்து சாம்சனும் டிலைலாவும் பூ மாற்றிக் கொள்வதாக அமைத்தார். இதை அந்தப் படத்தில் நீங்கள் பார்த்திருக்கலாம். நெற்றியைச் சுற்றிச் சாம்சன் பூக்கட்டிக் கொண்டிருப்பான். இது டெமிலுக்குத் தெரிந்தோ தெரியாமலோ கண்ணி என்று சொல்லக்கூடிய சங்ககாலப் பூத்தொடுப்பு - இந்தப் பகுதியில் பூக்கட்டுவது, மாலை என்றால் இப்படி என்று அப்படி பல. மாலைக்குச் சங்ககாலத்தில் பல பெயர்கள் உண்டு. பூவை மாலையாக்கத் தெரியாது. பூவைக் கொடியோடு சேர்த்து இதுபோல கட்டியிருப்பதைப் பார்க்கலாம். இப்படி தமிழ் நாகரீகம் இருந்ததா என்று தெரியாது'

(இன்மை- அனுபூதி -இலக்கியம், மா.அரங்கநாதன்-பக். 20 - 21)

தமிழின் படைப்பிலக்கிய கொடிமரபு என்பது பெரும்பாலும் கவிதை என்றே உறுதியாகச் சொல்லலாம். கவிதையின் வழியாகத் தான் தமிழர்கள் தங்களது அகம் மற்றும் புறவாழ்வை இவ்வுலகிற்கு வெளிப்படுத்தியுள்ளனர். அதையொட்டியே உரைகளும் வெளியாயின. பழம்பாடல்களில் கதையம்சம் பொருந்திய பாடல்கள் நிறையவே உண்டு. காப்பியங்களில் கதை, நெடுங்கவிதை வழியாகச் சொல்லப்பட்டது... ஆக தமிழில் சங்ககாலம் துவங்கி, காப்பிய காலம், பக்தி இலக்கியக் காலம் என்று வந்து கம்பராமாயணம், சித்தர் இலக்கியம் மற்றும் சைவ சாத்திரங்கள், உலா பிரபந்தங்கள் எனவும் கலந்து வள்ளலார், குணங்குடி மஸ்தான் கொண்ட பத்தொன்பதாம் நூற்றாண்டு வரையிலும் தமிழ்க் கவிதை மரபு தன்னை செழுமையானதாக ஆக்கிக் கொண்டே வந்துள்ளது. இவற்றின் தாக்கமில்லாத தமிழில் எழுதுவது சாத்தியமில்லை. தமிழின் தனித்துவம் என்பதும் இதுதான். இன்றளவும் அதன் வேர்கள் படைப்பிலக்கியவாதிகளிடம் காணப்படுகின்றன... இருபதாம் நூற்றாண்டின் கவிதையை விரிவாக்கிய பாரதியார், பாரதிதாசன் என அது தொடர்ந்து செல்கிறது. தமிழ்க் கவிதையியலை நன்கு அறிந்திருந்த மா.அரங்கநாதன் தனது எழுத்துக்களிலும் அதை வெளிப்படுத்தினார். 'கவிதாம்சம்' என்று அதனைக் குறிப்பிடுகிறார் அவர். பள்ளிகளில் கற்பிக்கப்படும் சங்க இலக்கியப் பாடல்கள் பற்றிய தன் அனுபவமாக அவர் சொல்வதைப் பார்ப்போம்...

"சங்க இலக்கியம் பள்ளியில் சில பாடல்கள் படித்தேன். அந்தப் பாடல்கள் என் மனதை விட்டு நீங்கவே இல்லை. ஏன் இப்படி நீங்க வில்லை என்று யோசிக்க ஆரம்பித்தபோது, அதனுடைய 'கவிதாம்சம்' தெரிய ஆரம்பித்தது என்று சொல்லலாம்".

(இன்மை - அனுபூதி -இலக்கியம், மா.அரங்கநாதன்).

'கவிதாம்சம்' என்று மா.அரங்கநாதன் குறிப்பிடுவது என்ன? படைப்பாக்கம் என்பதையே கவிதாம்சம் என்று பொருள்படும்படி கூறுகிறார். அதையே தன்னுடைய கதைப்பிரதிகளின் அம்சமாகப் பாவிக்கிறார். சிறுகதையின் கட்டமைப்பை தீர்மானிக்கக்கூடியதாக தமிழின் கவிதைமரபும் ஒரு காரணியாக விளங்குகிறது. அன்றாட வாழ்வின் நிகழ்வுகளின் வழியாகக் கிடைக்கும் அனுபவமும், அதில் காணப்படும் அவலநிலையும். இம்மை வாழ்வின் நுண்ணிய அசைவுகளை கதைமாந்தர்களின் மூலமாக சொல்லவிழையும்போது அதற்கான சொல்லல் மொழிக் கான கவிதாம்சமாக தமிழ்மரபின் கவித்துவத்தை மா.அரங்கநாதன் கையாளுகிறார். ஒரு நிகழ்வின் அடிப்படையில் எழுதப்படும் சிறுகதைகள்,

அந்நிகழ்வைத் தாண்டிய வேறொரு புலத்தையும் குறிப்பீடு செய்யும். அத்தகைய எழுத்தின் சிறப்பம்சம், சிறுகதையை வாசிப்பவர்களை சிறுகதையின் வழியே மற்றொரு அனுபவ வெளிக்கு இட்டுச் செல்லும். கதையில் கூறப்படும் விடயம். அந்தக் கதையோடு மட்டுமே முடிவடைவதில்லை. அதற்கப்பாலும் வேறு அனுபவங்களையும் தரவல்லதாக இருக்கும். இது மா.அரங்கநாதனின் சிறுகதைகளில் காணக் கிடைக்கும் பொதுப்பண்பு. இவரது கதை சொல்லும் முறை என்பது தேவையற்ற சொற்களின்றி மிகக் கச்சிதமான அளவில் வெளிப்படுபவை. ஒரு கதையை, அதன் தேவைக்கதிகமான பக்கங்கள் இன்றி, மிகச் செறிவான நடையிலும், பக்க அளவிலும் எழுதி முடிப்பது அரங்கநாதனின் வழக்கம். அவரது சிறுகதைகளை வாசிப்பவர்களுக்குக் கிடைக்கும் வித்தியாசமான அனுபவம் என்பது கதை முடிந்ததா? அல்லது கதை சொல்வதை நிறுத்திக் கொண்டாரா? என்ற சந்தேகம் தான். சொல்லப் படாதவைகளே இவரது சிறுகதைகளின் இடைவெளிகளாக இடம் பெற்றிருக்கும். இது ஒரு வகையான புதிர்மை மிக்கது. சிறுகதையை வாசித்த பின்னரும் அக்கதையினை மீண்டும் மீண்டும் நினைவுபடுத்தி அதைக்குறித்த புதிய புரிதல்களைத் தேடக் கோருவது. அரங்கநாதன் எழுதும் கதைப்பிரதி பல்வேறு அடுக்குகள் கொண்டது... இவருடைய நாவல்களுக்கும் இது பொருந்தும். வாசகப் பங்கேற்பு என்பது படைப்பிலக்கியத்தின் முக்கிய அம்சம் என்பதை அரங்கநாதன் கவனத்தில் கொண்டிருக்கக் கூடும்.

அடுத்ததாக கோட்பாட்டிற்கும் படைப்பிலக்கியத்திற்கும் இடையிலுள்ள முரண்களையும், இணைவையும் பார்க்கலாம். கோட்பாடு கொண்டு ஒரு படைப்பை உருவாக்க முடியுமா என்று கேட்டால் அதற்கான விடை பல வகைப்பட்டதாகவே இருக்கும். தமிழ்ப் படைப்பிலக்கியத் தளத்தில் இயங்கக்கூடியவர்களில் பெரும்பான்மையினர் கோட்பாட்டின் வழியேயான பிரதியாக்கத்தை ஒப்புக்கொள்ளாதவர்களாகவே இருக்கின்றனர். கோட்பாட்டின் வழியேயும் படைப்புக்கள் உருவாக்கப் படலாம் என்று கூறுவோரும் உள்ளனர். இவ்விரு விவாதங்கள் தொடர்ச்சியாக நிகழ்ந்த வண்ணம் இருக்கின்றன. ஒரு ஆரோக்கியமான படைப்பாக்கக் கோட்பாட்டு விவாதமாக எண்பதுகளின் துவக்கத்திலிருந்து நிகழ்ந்து வருகிறது... இதனால் பல புதிய இலக்கியப் பிரதியாக்க முறைமைகளும் தமிழிற்குக் கிடைத்திருக்கின்றன. படைப்பிலக்கியமும் கோட்பா்டும் இனிவரும் காலங்களிலும் பரஸ்பர உரையாடலை நிகழ்த்திக் கொண்டேதான் இருக்கும். இதில் மா.அரங்கநாதனது நிலைப்பாடு என்ன என்பதை அவரது சொற்களைக் கொண்டே அறியலாம்.

'படைப்பு என்று சொல்லும்போது எல்லாவற்றுக்கும் வெளியில் நின்று பார்த்தால் தான் அது படைப்பாகிறது. இல்லாவிட்டால் அது என்னது? அப்படியே அதன் உள்ளேயே இருந்து கொண்டிருந்தால் அவன் படைப்பாளியே இல்லியே. அவன் வாழ்ந்து கொண்டே இருக்கக்கூடியவன் அல்லவா? படைப்பாளியைவிட வாழ்ந்து கொண்டே இருக்கிறவன் மேலானவன்; அது வேறு விஷயம்... அது எல்லோராலும் முடியாத காரியம். நமக்கு நாம் பட்ட ஆனந்தம், நாம் பட்ட துயரம் எல்லாவற்றையும் வெளியிலே சொல்ல வேண்டிய உந்துதல் இருப்பதினால் அதைப்பற்றித் தான் எழுதுகிறதென்று ஒரு முறை என்று எடுத்துக் கொள்ளலாம். அப்ப அதையெல்லாம் விட்டுப்போய்க்கொண்டே இருப்பதானால் ரொம்ப நல்லதாப் போச்சு... போய்க் கொண்டே... அல்ல இலக்கியமே இல்லை, வேண்டாம்.'

(இன்மை- அனுபூதி -இலக்கியம்- மா. அரங்கநாதன், ப.63).

3. சிறுகதைகளில் நடமாடும் முத்துக்கறுப்பன்

1952-ல் தான் தமிழ்ச் சிறுகதை உலகில் பிரவேசித்ததாக ஒரு நேர்காணலில் மா.அரங்கநாதன் சொல்லியிருக்கிறார். அப்போது சுமார் ஏழு, எட்டுக் கதைகளை எழுதியதாகச் சொன்னாலும் 'இன்பம் சொன்னது' என்ற கதை மட்டும் கைக்குக் கிடைத்திருக்கிறது. மற்ற கதைகள் கிடைக்காததால் அவை தொகுப்பில் சேர்க்கப்படவில்லை. இதில் ஒரு முக்கியமான விஷயம் அந்தத் துவக்ககாலக் கதைகளில் முத்துக்கறுப்பன் இடம்பெறவில்லை. அவர் சென்னைக்குக் குடி பெயர்ந்த பிறகு எழுதிய கதைகளில் தான் முத்துக்கறுப்பன் வருகிறார். இதற்கான காரணம் தெற்கே இருந்த ஒரு மனிதனின் பெயரைப் போட வேண்டிய நிர்ப்பந்தம் அவருக்கு வந்தததுதான். 'அரணை' என்று நினைக்கிறேன்-அதில் நான் யோசித்த போது முத்துக்கறுப்பன் என்கிற பெயர் (திருநெல்வேலி, ராமநாதபுரம், (அப்போது கன்னியாகுமரி கிடையாது) மதுரை, திருச்சி இப்படி எல்லா ஊர்களிலும் உள்ள கிராமங்களில் முத்துக்கறுப்பன் என்ற பெயருடைய ஒருவர் இருப்பார். முத்துக்கறுப்பன் முருகனுடைய தம்பி என்பது எல்லாம் பிற்பாடுதான் தெரியும்' என்று முத்துக்கறுப்பன் என்ற பெயர் தனது கதைகளில் வந்ததைக் குறிப்பிடுகிறார் மா. அரங்கநாதன்.

1987களில் வெளியான இருபது கதைகளைக் கொண்ட 'வீடுபேறு' என்னும் சிறுகதைத் தொகுப்பு தமிழ்ச் சிறுகதை மரபில் ஒரு வித்தியாசமான தொகுப்பாக விளங்கியது. தனக்கு முன்பிருந்த சிறுகதையாசிரியர்களின் பாணியைப் போலவோ அல்லது தன் சமகாலத்தவர்களின் சிறுகதைகளைப் போலவோ அன்றி, ஒரு புதிய கதையாக்கத் தன்மையுடன் அக்கதைகள் அமைந்திருந்தன. 'வீடுபேறு' தொகுப்பிலுள்ள கதைகள் அனைத்துமே மா.அரங்கநாதனின் தனித்துவத்தைக் கொண்டிருந்தன. சங்க இலக்கியம் சுட்டும் இம்மை வாழ்வின் அம்சங்களும், தமிழ் மரபின் தத்துவார்த்தக்கூறுகளும் அவற்றில் வெளிப்பட்டன. ஒரு நிகழ்வினை மிகையாகவும் அல்லாமல் போதாமையானதாகவும் அல்லாமல் சிறுகதையின் வடிவத்தை சங்கப் பாடலின் நேர்த்தியும் கச்சிதத்தையும் உள்ளடக்கியனவாக அவை இருந்தன. மிக இயல்பாக இருப்பதோடு மட்டுமல்லாமல் ஒன்றிற்கு இருமுறை வாசிக்க வைத்து புதிய எண்ணங்களைத் தூண்டுகிற வரிகள் கதைகளில் இருந்தன. முதல் வாசிப்பு வாழ்வியல் தளம் சார்ந்ததாகவும், அடுத்தடுத்த வாசிப்புகள் ஆழ்ந்த தத்துவார்த்த தளம் சார்ந்ததாகவும் பல அடுக்குகள் அவற்றில் தெரிந்தன.

'வீடுபேறு' தொகுப்பிற்கு முந்தைய கதைகள் கிடைக்காமல் போய்விட்டதால் அவற்றின் இலக்கியத்தன்மை குறித்து விவாதங்கள் ஏதும் எழவில்லை. ஆனால் 'வீடுபேறு' தொகுப்பு தமிழ்ச்சிறுகதை உலகிலும், இலக்கிய விமர்சன உலகிலும் போதுமான கவனம் பெற்றது. இந்தக் கவன ஈர்ப்புக்கு அரங்கநாதன் உருவாக்கிய முத்துக்கறுப்பனே காரணம். முத்துக்கறுப்பன் அவரது சிறுகதையின் வசீகரக் குறியீடாக ஆகிப்போனான். இத்தொகுப்புக் குறித்து இலக்கிய விமர்சகர் கா.நா.சு. *1988*-ம் ஆண்டு பிப்ரவரி 16-ந்தேதி சென்னை ஒய்.எம்.ஸி.ஏ.வில் நடைபெற்ற கருத்தரங்கில் பேசினார்.

"...சிறுகதைகள் என்பதைப் பற்றிப் பேசுவதற்கு நிறையவே இருக்கிறது. ஒரு எழுபத்தைந்து வருட சரித்திரம் இருக்கிறது. இந்த எழுபத்தைந்து வருட சரித்திரத்தில். சிறுகதைகளில் யார் யார் சிறப்பான சாதனை புரிந்திருக்கிறார்கள் என்று சொல்ல வேண்டுமானால், ஒரு பத்து - இருபது பேரைக் குறிப்பிட்டுச் சொல்லலாம். கொஞ்சம் தாராளமாகச் சொல்பவர்கள் நாற்பது ஐம்பது பேரைச் சொல்வார்கள். ஒரு காலத்தில் கிட்டத்தட்ட முப்பது நாற்பது பேர்கள் எழுதிக் கொண்டிருந் தார்கள். ஆனால் அவர்களில் ஒரு நான்கைந்து பேர்களைத்தான் சொல்லமுடிகிறது. அல்லது ஏழெட்டு பேரைச் சொல்லமுடிகிறது என்ற வைத்துக்கொண்டாலும்கூட அந்த ஏழெட்டு பேரை மட்டுமே ஏன் சொல்கிறோம் என்று யோசித்துப் பார்க்கையில், அவர்கள் எல்லோரும் மற்றவர்கள் எழுதியதிலிருந்து மாறுபட்ட எழுத்துக்களைக் கொடுக்க வேண்டுமென்ற முயற்சி செய்தார்கள் என்பது நிதர்சனமாகத் தெரிகிறது. அந்த மாதிரிப் பார்க்கும்போது இன்று எழுதப்படுகிற எழுத்துக்களிலிருந்து மிகவும் பெரிய அளவில் மாறுபட்ட எழுத்தை மா.அரங்கநாதன் தன்னுடைய 'வீடுபேறு' என்ற நூலில் தொகுத்துக் கொடுத்திருக்கிறார். ஒன்று இரண்டல்ல - இருபது கதைகள் இருக்கின்றன. இந்தக் கதைகள், இந்த மாறுபட்ட விதத்தில் பொதுமக்களுக்கு இதுதான் பிடிக்குமென்று எல்லோரும் தெரிந்து எழுதுகிற சிலர் வழக்கமாக கையாளுகிற - புள்ளி வைத்த இடத்தில் கையெழுத்துப் போடுகிற மாதிரி வார்த்தைகள் போட்டு நிறுத்திவிடுகிற கதைகள் எழுதுகிற ஒரு தமிழ் உலகத்தில் - தனிப்பட்ட ஒரு குரலாக ஒலிக்கிறது. சிறுகதைகள் எழுதுவதற்கு என்றும் தைரியம் வேண்டியதாயிருக்கிறது. இதில் ஒரு விசேடம் என்னவென்றால், அந்தத் தைரியம் மா.அரங்கநாதனுக்கு இருந்தது மட்டுமல்ல - இந்தக் கதைகளில் சிலவற்றைப் பத்திரிகைக்களிலும் பிரசுரித்துப் பார்த்திருக்கிறார்.

ஆனால் ஒவ்வொரு கதையிலுமே முத்துக்கறுப்பன் என்கிற பெயரை அறிமுகம் செய்து வைக்கிறபோதே ‘ஷாக் ட்ரீட்மெண்ட்’ கொடுக்கிற மாதிரி ஓர் உலுக்கலை ஏற்படுத்தி விடுகிறார் என்பதை அவருக்குரிய ஒரு சிறப்பான அம்சமாக இதில் காணமுடிகிறது.

ஒவ்வொரு கதையும் ஒரு அனுபவமாக அமைகிறது என்று சொல்வது மட்டும் போதாது. ஒவ்வொரு தடவையும் ஒவ்வொரு கதையைப் படிக்கிறபோதும் மறுபடியும் மறுபடியும் படிக்கத் தூண்டுகிற ஒரு அம்சம் இதில் இருக்கிறது. அந்தக் கனம் மா.அரங்கநாதனின் ஒரு ஸ்பெஷாலிட்டி என்று சொல்லலாம். திருப்பித் திருப்பிப் படிப்பதற்கு இதில் விஷயமிருக்கிறது. இதை வெறும் கதையாகச் சொல்லியிருந்தால் சம்பவம் முடிந்துவிட்டது - கதையை முடித்த பிறகு அந்தச் சம்பவம் ஞாபகம் இருக்கும். அந்தச் சம்பவத்திற்கு முந்தைய சம்பவமும் ஞாபகமிருக்கும். திருப்பி எடுத்துப் படிக்க வேண்டும் என்று தோன்றும். ஆனால் அந்தச் சம்பவங்களைச் சொல்வதில் இவர் ஓர் உத்தியைக் கையாளுகிறார். இதை உங்களில் எத்தனை பேர் உணர்ந்திருக்கிறீர்கள் என்று தெரியாது” என்று சரியாகக் கணித்திருந்தார்.

அரங்கநாதனின் கதைகள் உணர்வுத்தளத்தில் மட்டுமே இயங்குபவை அல்ல. அதற்கும் மேலாக ஆழ்ந்த அறிவுத்தளத்தில் இயங்குபவை. கதைகள் முதல் வாசிப்பில் ஒரு அறிவார்ந்த விசாரணைத் தளத்திற்கு நம்மை இட்டுச் செல்லும். சரியான விதத்தில் கதையை உள் வாங்கிக்கொள்ளும்போது இது தோன்றும்.. இதை நவீனத்துவத்தின் ஒரு பகுதியாகச் சொல்லலாம்... ஒரு கதைப்பிரதி ஒரே சமயத்தில் உணர்வு ரீதியாகவும் - அறிவுரீதியாகவும் இரட்டை மடிப்புகளுடன் காணப்படுவது நவீனத்துவம் இல்லையென்றால் வேறு என்ன? கதை என்பதன் முதன்மையான நோக்கம் கதையாடலை நிகழ்த்துவதும், அதை அழித்தெழுவதும்தான். இவ்வகையான கதைகளை நவீனத்துவ எழுத்து என்று சொல்வது பொருத்தமானதுதான். அரங்கநாதனின் சிறுகதைகளின் அறிவார்ந்த வீச்சு மிகப் பரந்தது. மிகத் துல்லியமானது. முத்துக் கறுப்பனின் பல மனித வடிவங்கள் நம்மை ஆச்சரியப்படுத்துகின்றன. ஒவ்வொரு கதையிலும் முத்துக்கறுப்பன் வெவ்வேறு மனிதனாக, வெவ்வேறு பாத்திரமாக உருவெடுக்கிறான். ஒரு கதையின் ஓட்டத்தை உணர்வுத்தளத்திலிருந்து அறிவார்ந்த தளத்திற்குக் கடத்திவிடும் குறியீடாக முத்துக்கறுப்பனை நாம் காண்கிறோம். இந்தக்காரணத்தினால் தானோ என்னவோ அறிவார்த்தத் தளத்தில் இயங்கும் அரங்கநாதனது கதைகளை கா.நா.சு ‘ஜார்ஜ் லூயி போர்ஹே’வுடன் ஒப்பிட்டுப்பார்க்கத் தோன்றியிருக்கிறது:

"...சமீப காலத்தில் லத்தீன் அமெரிக்க எழுத்தாளர் ஜார்ஜ் லூயி போர்ஹேவைப் பற்றிப் பேசுகிறார்கள்... அவர் ஓர் அறிவுத் தளத்தில் நின்று எழுதுகிறார் என்கிற அளவில் சொல்கிறார்கள். அவர் பெயர் உலகம் பூராவும் பரவியிருக்கிறது. தமிழரிடையே தரமான சிறுகதைகளை அடையாளம் கண்டு பாராட்டும் பழக்கம் இல்லை. மா.அரங்கநாதன் எழுதியிருக்கிற கதைகள் போர்ஹே எழுதிய கதைகளுக்குச் சற்றும் குறைந்ததல்ல என்றுதான் எனக்குத் தோன்றுகிறது. அந்த அளவிற்கு ஒரு பரந்த அறிவுத் தளத்திலிருந்து எழுதுகிறார்.

'மோனாலிசாவும் ஒரு கறுப்புக்குட்டியும்',
'நசிகேதனும் யமனும் கழிவுப்பணமும்'

என்றெல்லாம் கதைத்தலைப்பு வருகிறது. இதைப் பார்க்கும்போது ஒரு பரந்த அறிவுத் தளத்திலிருந்து நமது பண்பாட்டின் பல அம்சங்களைக் கணக்கில் கொண்டு இவர் எழுதியிருக்கிறார் என்று தெரிகிறது. போலியாக இல்லாத ஓர் அறிவுத்தளத்தில் இந்தக் கதைகள் செயல்படுவதைப் பாராட்ட வேண்டும் என்று தோன்றுகிறது."

அரங்கநாதனின் எல்லாச் சிறுகதைகளைப் பற்றியும் பேசுவது மிகவும் விரிந்ததாக அமையும். அவற்றில் சில முக்கியமான கதைகளைப் பற்றி மட்டும் விவாதிக்கலாம். அவரது ஆளுமையை எடுத்துக்காட்டும் விதமாக அமைந்தது 'வீடுபேறு' தொகுப்பு. அதிலுள்ள இருபது சிறுகதைகளுமே மிகச் சிறந்த கதைகள். 'வீடுபேறு' என்ற கதையைப் பற்றிப் பார்ப்போம். ஒரு சிறுகதையின் கட்டமைப்பை அதன் உள்ளடக்க நிகழ்வுதான் தீர்மானிக்கும் என்பது ஒரு சிந்தனைப் பள்ளி. கதையாடல் (கதைசொல்லும் முறை) தான் முதன்மையானது என்பது இன்னொன்று. இப்படியான இரண்டு சிந்தனைப் பள்ளிகள் தமிழ் விமர்சன உலகில் இருக்கின்றன. க.நா.சு இவரை உணர்வு மற்றும் அறிவுத்தளத்தில் இயங்குபவர் என்கிறார். ஆனால் மா.அரங்கநாதன் தான் எந்தக் கோட்பாட்டையும் வரித்துக் கொள்ளவில்லை என்று சொல்கிறார். அதனால் அவரது கதைகளின் பண்பை வரையறுப்பது கடினமானதாக ஆகிவிடுகிறது. அவை தன்னளவிலேயே ஒரு எழுத்துமுறைமையை உடையனவாக விளங்குகின்றன... நிகழ்வுகளும் - கதைமாந்தரும் - சூழலும், மனதிற்குள்ளும், கதைக்குள்ளும், கதைக்கு வெளியிலும் எனக் கதையாடலின் எல்லைகளை விரிவுபடுத்திக் கொண்டே செல்கின்றன. கதையின் போக்கில் கதைசொல்லி மா.அரங்கநாதனாகவும் - முத்துக் கறுப்பனாகவும் உருமாற்றமாகும் விந்தையைக் கவனிக்கலாம்... இதை உணர்வுத்தள வினையாற்றல் என்று கொண்டோமானால் கதையை

வாசித்து முடித்ததும் ஏறுபடும் அனுபவத்தை அறிவுத்தள வினையாற்றல் என்று கொள்ளலாம். ஏதோவொரு புள்ளியை நாம் மீண்டும் அறிந்து கொள்ளவோ அன்றி மறுமுறை நமது அறிதலை சரிபார்த்துக் கொள்ளவோ முற்படுகிறோம். அப்போது நாம் வாசித்து முடித்த கதை வேறு தளத்தில் நம்முள் வினையாற்றி புதிய புலப்படல்களை அளிக்கிறது. இதை அறிவுத்தளக் கதையாடல் எனலாம். இப்படி முன்னும் பின்னுமாக மடிக்கப்பட்ட கதையாடல்களைக் கொண்டவை மா.அரங்கநாதனின் சிறுகதைகள்.

சுஜாதா நடராஜன் அரங்கநாதனின் கதைகளைக் குறித்து எழுதியுள்ள கட்டுரையில் இவ்வாறு கூறுகிறார். "தான் வாழ்ந்த பூமியை நுட்பமாகவும், ஆழமாகவும் உணர்ந்து, உணர்ந்த நுட்பத்தையே தன் அறிவாகக் கொண்ட ஆயிரமாயிர வருட தமிழர் மரபைக் கிட்டத்தட்ட மறந்துபோன நம் சமூகத்தைக் கோபத்துடன் கேள்விக்குள்ளாக்குகிறார் அரங்கநாதன். இதுகாறும் அறியப்பட்ட உணர்ச்சி, கற்பனை, சிந்தனை, யூகம் இவற்றினின்று விலகி நின்று தமிழனின் ஆதித் தத்துவமான இயற்கையையே தளமாகவும், பின் வெளியாகவும் உணர்ந்த தனித் தன்மையான இலக்கியம் இவருடையது. உணர்தலையே அறிவாகக் கொண்ட தமிழனின் வேர் இன்னும் அழிந்துவிடவில்லை என்பது மிகப் பெரிய ஆறுதல். அரங்கநாதனின் புரிதல் தாண்டிய எழுத்துக்கள் உணர்தலையே கூறத் தலைப்படுகின்றன. இவை ஒரே நேர்கோட்டிலேயெ உணரப்படுவதும் அதிசயம் தான்". (சுஜாதா நடராஜன் - 'கல்வி அவனுக்குள் அடங்கியிருக்க அவனே மிஞ்சி நின்றான்').

'வீடுபேறு' கதையின் களம் என்னவென்று பார்ப்போம். பாலகிருஷ்ணன் ஸான்பிரான்சிஸ்கோவிலிருந்து தான் வாழ்ந்த வீட்டைக் காண வேண்டும் என்ற அவாவுடன் மனைவி எடித்துடன் வருகிறார். பாலகிருஷ்ணனின் வருகைக்குப் பின்னால் ஒரு காரணம் இருக்கிறது. அது கதையின் போக்கில் வெளிப்படுகிறது. தனது தாயின் துர்மரணம் நடந்த அறையைக் காண வேண்டுமென பாலகிருஷ்ணன் வந்துள்ளார். தான் வாழ்ந்த ஊரின் தற்போதைய மாற்றங்கள் மற்றும் நெடுஞ்சாலை களில் நெரிசல் போன்றவை அவரைப் பாதிக்கின்றன. அந்தப் பட்டணத்தில் எல்லாமே மாறிவிட்டிருந்தன என்கிறார். நெடுஞ்சாலையைப் பற்றி ஓரிடத்தில் கூறுகையில் பாலகிருஷ்ணனின் தடுமாற்றம் நெடுஞ்சாலையைப் பகடி செய்யும் வகையில் இருக்கிறது.

'அதென்ன - இந்த நெடுஞ்சாலை பரிசுத்தமான ஏதாவது ஒரு படை வீடா - ஏதோ கோபுர தரிசனத்திற்காகத் தலையை உயர்த்திப் பார்ப்பதுபோல நின்ற விடத்திலே சுற்றிக் கொண்டார்' ('வீடுபேறு')

தான் காண வந்த வீட்டின் எண் 502 எண்ணைப் பெற்றிருந்தது. அதில் வாழும் ஒருவர் இவரை வரவேற்று அமரச் செய்கிறார். பாலகிருஷ்ணன் தான் ஸான்பிரான்சிஸ்கோவிலிருந்து வந்திருப்பதாகவும், தனது பெற்றோர்கள் வசித்த இடத்தை ஒருமுறை பார்த்துவிடும் ஆவலில் இங்கு வந்ததாகவும் கூறுகிறார். அந்த வீட்டில் தற்போது வசிப்பவரின் பெயர் முத்துக்கறுப்பன். அவருடன் ஒரு குழந்தையும், அவரது மனைவியும் வசிக்கின்றனர். ஒரு பணியாளும் காணப்படுகிறாள். கதை இயல்பான உரையாடலில் பரஸ்பரம் ஒருவரைப் பற்றி ஒருவர் விசாரிப்பதில் துவங்கி இருவரது வாழ்வில் நிகழ்ந்த மரணங்களைச் சுற்றிப் பின்னப்படுகிறது கதையாடல்.

முத்துக்கறுப்பனின் மகள் தனது கணவன் மீது சுமத்தப்பட்ட ஒரு வழக்கின் காரணமாக உயிரிழந்து விடுகிறாள் எதையோ சாப்பிட்டு. அது முதலாக பேரக்குழந்தை முத்துக்கறுப்பன் வசமே இருந்துவிடுகிறது. குழந்தையின் தகப்பன் மறுமணம் செய்து கொண்டுவிடுகிறான். அவ்வப்போது வந்த தன் குழந்தையைப் பார்த்துவிட்டுப் போகிறான். முத்துக்கறுப்பன் மனைவி வேலை பார்க்கிறார். ஆனால் முத்துக்கறுப்பன் படிப்பு வராததால் வேலையொன்றும் இல்லாமலிருக்கிறார். முத்துக்கறுப்பனின் அப்பாவும், பாலகிருஷ்ணனின் அப்பாவும் ஒத்த வயதினர். பாலகிருஷ்ணனின் தாயாரின் மரணத்தைப் பற்றி பாலகிருஷ்ணன் சொல்கிறார். அதன்பிறகு தங்களது பூர்வீகமான திண்டிவனத்துக்கு பாலகிருஷ்ணனும், அவரது தந்தையாரும் குடிபெயர்கின்றனர். முத்துக்கறுப்பன் தனது தந்தைக்கு நேர்ந்ததைச் சொல்கிறார்.

“திருச்செந்தூர் போய் வரேன்னு புறப்பட்டாரு, போய் ஒரு வாராமாகியும் திரும்பலே. இங்கிருந்து போய் எல்லோருமா தேடியாச்சு. பேப்பரிலேகூட விளம்பரம் கொடுத்தோம். தகவலில்லே. ஆச்சு நாற்பது வருசம்.'

முத்துக்கறுப்பன் பாலகிருஷ்ணனைப் பார்த்து, ‘உங்க... அம்மா' என்றார். ‘அவ இங்கே இந்த வீட்டில் இருக்கையிலேயே போயிட்டா' என்று சொல்லி மேலே விட்டத்தைப் பார்த்தார்.

“இதுக்கு மேலே ஒரு ரூம் இருக்கல்லவா? அங்கதான்” என்று திரும்பவும் சொன்னார்.

“அப்படியா? எனக்குத் தெரியாதே” என்று முத்துக்கறுப்பன் தலையை உயர்த்தினார்.

'ஆமா - நான் காலேஜ் விட்டு வர சமயம் - அப்பதான் போய்ட்டேயிருக்கிறா'.

முத்துக்கறுப்பன் நேராக பாலகிருஷ்ணனைப் பார்த்தார்.

'அம்மா தொங்கிக் கொண்டிருக்கிறா. நான் கதவை உடைக்கப் பார்க்கிறேன். சன்னலை மட்டுமே திறக்க முடிந்தது'.

இருவரும் சிறிதுநேரம் பேசாதிருந்தனர். 'எனக்குத் தெரியாதே' என்று முனகிக் கொண்டார் முத்துக்கறுப்பன். காரண காரியங்களைப் பற்றிக் கேட்கத் துணிவில்லை.

பாலகிருஷ்ணனின் தாயாரது துர்மரணத்திற்கு பின்பு திண்டிவனத்தில் வசிக்கத் துவங்கினார். அங்கு தனது தந்தைக்கு ஏற்பட்ட மரணத்தைச் சொல்லும்போது,

"ஆமா - அப்பா அங்கேதான் காலமானது. அதுவும் வயற்கரையில் வைத்து - என் மடியில் காலையிலே வரப்பிலே நடந்து கொண்டே என்னைத் திரும்பிப் பார்த்து 'டேய் வலிக்குது' - தலைசுத்துது' அப்படின்னார். கொஞ்சம் உட்காரேன்னேன். உட்கார்ந்தவர் என் மடிமேலே தன் தலையை வைத்துக் கொள்ளும்படி சைகை செய்தார். இரண்டு நிமிடத்திலேயே போய்விட்டார். அந்த இடத்தைப் பாத்துட்டுத் தான் இங்கே வரேன்".

'சிவா' என்ற பழகிப்போன வார்த்தை முத்துக்கறுப்பனிடமிருந்து வந்தது.

தனது தந்தை உயிர்நீத்த இடத்தைப் பார்க்க ஸான்பிரான்சிஸ்கோவிலிருந்து வந்த பாலகிருஷ்ணன் முத்துக்கறுப்பனிடம் பேச ஆரம்பித்து, அவருடைய வாழ்விலும் தனக்கு ஏற்பட்டது போன்ற அகால நிகழ்வுகளைத் தாங்கியவராகவே இருப்பதைக் காண்கிறார். இழப்புகளினால் ஏற்பட்ட மன அவசத்தை மிகைநவிற்சியற்று இருவரும் பரஸ்பரம் ஒருவருக்கொருவர் பரிமாறிக் கொள்ளும்விதம் மா.அரங்கநாதனுடைய உணர்வு அறிவு இடையிலான ஒரு இரசவாதத்தை கதை முழுக்க நிகழ்த்திக் கொண்டே இருக்கிறது. ரொம்பவும் இயல்பான உரையாடல் ஆனால் இயல்புமீறிய நிகழ்வுகள் கதையை இயக்குவிக்குகிறது. மேலும், தான் வாழ்ந்த ஊரைப் பார்க்க வந்துள்ளதாக பாலகிருஷ்ணன் கூறுகிறார். இருவரும் சாலையில் நடந்து செல்லும்போது நிகழும் சம்பவங்கள் கதையின் மற்றொரு கதையாடலாக அமைகிறது. பாலகிருஷ்ணனும் - முத்துக்கறுப்பனும் கடற்கரை செல்லும்

சாலையின் சூப்பர்வைசர் உணவு விடுதியைப் பற்றி பேசிக் கொள்கிறார். அங்குக் கிடைக்கும் உணவு வகைகளின் தூய்மையான ருசியை அலாதியானதாக பகிர்ந்து கொள்கின்றனர். ஸான்பிரான்சிஸ்கோவில் இதுபோன்ற சுவையான உணவு கிட்டுமா? என்று பாலகிருஷ்ணன் கேட்கிறார் முத்துக்கறுப்பன். அதற்கு அவர் 'கிடைக்கும்... தன் மனைவி எடித்தும் செய்வார்' என்கிறார். கடற்கரைச் சாலையில் உள்ள ஒரு புத்தகக் கடையைப் பற்றியும் விவாதிக்கின்றனர். இதில் ஓரிடத்தில் 'உங்கள் மனைவியை ஏன் இங்கு அழைத்து வரவில்லை?' என்று கேட்டபோது 'ஹோட்டலிலேயே விட்டு விட்டு வந்துவிட்டதாகவும், அவள் காலில் அடி பட்டு சரியாக நடக்கமுடியாதவள் என்றும் பதிலளிக்கிறார். அப்போது முத்துக்கறுப்பன் 'உங்கள் மனைவிக்கு தாஜ்மகால் அப்படி யிப்படின்னு காட்டவேண்டாமா?' என்று கேட்டதற்கு பாலகிருஷ்ணன் கூறும் விநோதமான பதிலைப் பாருங்கள். 'இல்லே - அவளுக்குப் பிரயாணம்தான் பிடிக்கும் - கட்டடங்கள் இல்லே - ஊர்களைப் பார்க்கணும்னு சொல்வா'. அதற்கு முத்துக்கறுப்பனின் பதிலும் மிகவும் விநோதமானது. 'நானும் அதுபோலத்தான் நினைக்கிறேன். ஊரையும் கொஞ்சம் சுருக்கி தெரு மட்டுமே போதும் என்றாகிவிட்டது. அப்போது ஒரு வீட்டை மாத்திரம் பார்க்கவே நமக்கு நாள் போதாதுன்னு தெரியுது... உங்க மனைவி கேட்டது சரிதான். திண்டிவனத்தை நினைத்துக் கொண்டு திருக்குறள் படித்தால் நன்றாகத்தானிருக்கும். எந்த உரையை வைத்துக் கொண்டு எதைப் படித்துத் தேறப் போறோமோ தெரியலே. இப்போதிருக்கிற இந்த இடம்தான் நாம் போய்ச் சேரவேண்டிய இடம்னு எனக்குத் தோணுது...' (வீடுபேறு).

பாலகிருஷ்ணனுடன் உலாவிவிட்டு உரையாடிய பின்னர் விடைபெறும் நேரம் வருகிறது. அப்போது மா.அரங்கநாதன் 'வீடுபேறு' கதையை எவ்வாறு முடிக்கிறார் அல்லது எவ்வாறு மறுபடியும் கதையை எழுதத் துவக்குகிறார் என்பதை விளக்கு முகமாக சில வரிகளைக் காணலாம்.

பாலகிருஷ்ணன் அந்த வீட்டிலிருந்து விடைபெறும் தருவாயில் முத்துக்கறுப்பன் சொல்கிறார் 'நீங்க உங்க வீட்டிலே நாளைக்கு அழைச்சுகிட்டு வரலாமே' என்று சொல்லி எழுந்து நின்றார் முத்துக்கறுப்பன்.

'நாளைக்கு வந்து போவது சிரமம். பத்து மணிக்கே புறப்படணும். இப்ப நான் சந்தோஷமாயிருக்கேன். உங்களைப் பத்திச் சொன்னா எடித் சந்தோஷப்படுவா'.

பாலகிருஷ்ணன் கைக்கூப்பினார். விடைகொடுத்து அனுப்ப தெரு நடை வந்தார் முத்துக்கறுப்பன். ஞாபகத்துடன் கேட்டார்.

பாலகிருஷ்ணன் - மறந்திட்டேளே - நீங்க பாக்கலியே - ‘அந்த அறை - மேலே’ என்று கை தூக்கிக காட்டினார்...

விட்டத்தை ஒரு தடவை பார்த்துவிட்டு ‘வேண்டாம்’ என்றார். “நமக்குக் கூடிப் போனால் இன்றும் இருபது வருஷம் ஆயுளிருக்கும் - அது போதாது - என்ன தோன்றுகிறது என்றால்...’

ஆனால் முடிக்கவில்லை. ‘இல்லை’ என்பது போல தலையசைத் துக் கொண்டார். இருவருக்கும் ஒரே சமயத்தில் ஏற்பட்ட சிரிப்பால் ஒரு புது மலர்ச்சி தோன்றிற்று. ’ நான் போய் வாரேன்’ என்ற பாலகிருஷ்ணன் இறங்கி அந்தச் சாலையிலே ஆசையாய் நடந்தார். (’வீடுபேறு’ 1987)

தன் தாய் தூக்கிலிட்டுக் கொண்ட வீட்டின் அறையைக் காண வந்த பாலகிருஷ்ணன் அவ்வீட்டில் குடியிருக்கும் முத்துக்கறுப்பனைச் சந்தித்த பின் பேசத் துவங்கி இருவருமே தங்களது குடும்பத்தில் நிகழ்ந்த அவல நிகழ்வுகளைப் பரிமாறிக் கொண்டபின், அந்த ஊரின் நெடுஞ்சாலையில் நடந்துவிட்டு ஒரு ஹோட்டலில் சாப்பிட்டுவிட்டுத் திரும்பியதும் பாலகிருஷ்ணன் தன் தாய் தூக்கிட்டு இறந்த அறையைக் காணாமல் விடைபெறுகிறார்.

இந்தக் கதை தமிழ்ச் சிறுகதை வரலாற்றில் மிகமுக்கியமான படைப்புக்களில் ஒன்றாகத் திழகக் காரணம் இந்தக் கதையின் கதை சொல்லல் முறையென்று உறுதியாகச் சொல்லமுடியும். மேலும் கதையின் இடையிடையே வந்துபோகும் பிரதான கதாபாத்திரங்கள் அல்லாத சில கதாபாத்திரங்களையும் குறிப்பிட்டுச் சொல்லவேண்டும். அது ஏற்படுத்தும் தாக்கம் மிக ஆழமானதாக அமைகிறது. உதாரணத்திற்கு ஒன்றை இங்கு எடுத்துக்காட்டலாம்... ஒரு டீக்கடையின் அருகிலேயே எப்போதும் நின்றிருக்கும் பிச்சைக்காரி அவளைப் பற்றி மா.அரங்கநாதன் கூறும் வரிகள்.

‘இவள் எப்பவும் இந்தக் கடையில்தான் வந்து நிப்பா. நீங்க பாக்கறேளே இந்தப் பிச்சைக்காரி - இவள் இந்தக் கடை வாசலில்தான் நிப்பா - பத்தடி தள்ளியுள்ள கடைக்குப் போறதில்லே... அங்கே போக ஒரு மதிப்புக்குறைவு - அந்தக் கடைக்காரன் இவளது ஊர் ஆள் - போக மாட்டா - இங்கே ஏச்சும் பேச்சும்னாலும் பழிக்கிடையா இங்கே தான் - எப்படி இருக்கு - ஒரு பதினைந்து வருசமா நடக்குது’.

இப்படி கதையின் போக்கில் ஒரு மின்னல்போல் சில நிகழ்வுகளைச் சித்தரிக்கிறார். பிச்சைக்காரியின் தன்மதிப்பைச் சுட்டும் கதையாடல் வேறு எதையோ கதைக்குள் நமக்குச் சொல்வதாகவே படுகிறது. இதுபோல் மா.அரங்கநாதனின் சிறுகதைகளில் பலவற்றிலும் இப்பண்பைப் பார்க்கமுடியும். எதற்காக இத்தகைய உப-கதையாடலைக் கதைக்குள் கொண்டு வருகிறார், அதனால் கதையின் போக்கில் ஒரு சிறிய இடையீடு நிகழ்கிறது. பின்னர் மீண்டும் கதை தன்போக்கில் நிகழ்கிறது. 'உவரி' என்ற கதையிலும் கடைசியில் வரும் ஒரு கதாபாத்திரம் அன்பின் மிகப்பெரும் செய்தியை ஒரு சிறிய செய்கையால் வெளிப்படுத்தும் இடத்தை இனிவரும் பக்கங்களில் பார்ப்போம்.

மா.அரங்கநாதனின் கதைசொல்லும் முறையைப் பற்றி வெளி ரங்கராஜன் தனது கட்டுரையில் இப்படிச் சொல்கிறார்.

'இக்கதைகள் தாம் சொல்லப்படும் முறையினாலேயே கதைகளாகி யுள்ளன. ஒரு ஆற்றொழுக்கான ஓட்டம் அவைகளை இழுத்துச் செல்கிறது. எங்கும் உணர்ச்சி வசப்படவோ அல்லது இயல்புக்கு மாறான தொனி என்பதோ இல்லை. எங்கும் மனிதர்களும் வாழ்க்கையும் நிறைந்து ஒன்றுதலும், விலகலும் சாத்தியமாகிக் கொண்டிருக்கின்றன. சறுக்கல் நிகழ்ந்து கொண்டிருக்கும்போதே ஒரு வெளிச்சமும் கிடைக்கிறது. ஆனால் இக்கதைகளைச் சுருக்கிச் சொல்ல முடிவதில்லை. அப்படிப்பட்ட ஒரு சுருக்கமும் இல்லை. சம்பவ விவரிப்பானாலும் கூட அவை நிறைய அடுக்குகள் கொண்டிருக்கின்றன. பிரபஞ்சமெங்கும் பல்கிப் பெருகிக் கொண்டிருக்கும் வாழ்க்கை உணர்வுகளை அவற்றின் இயல்பான ஓட்டத்துடன் எதிர்கொள்கிறார் மா.அரங்கநாதன். எதற்கும் பிடிபடாத அந்தப் பிரவாகத்தை அண்மைப்படுத்தும் முயற்சியில் அவருடைய கலை இடைவிடாது பயணிக்கிறது' (வெளி ரங்கராஜன் - 'மா.அரங்கநாதனின் புனைவு உலகம்').

பெரும்பான்மையான கதைகள் மா.அரங்கநாதன் அதைச் சொல்லும் விதத்திலேயே ஒரு புதிய கதையனுபவத்தை நமக்குள் உதிக்கச் செய்கிறது. ஒவ்வொரு வரியை அவர் முடிக்கும் இடங்களில் புதிய பொருள்படும்படியான தொனி தெரிகிறது. பல விமர்சகர்கள் இதைக் கவனித்துக் குறிப்பிட்டிருக்கிறார்கள். இதைபோன்ற கதையாடலை வேறு கதைகளில் காண்பதரிது. மா.அரங்கநாதனின் தனிப்பாணி என்று சொல்லும்படியாக இது அமைந்திருக்கிறது. இதற்குக் காரணம் சிறுகதை எழுத்தை அவர் வெறும் கதையாக்கமாக மட்டுமே கொள்வதில்லை. அதை தனது தத்துவார்த்தச் சிந்தனையின் வெளிப்பாடாகவும் கொள்கிறார்.

இதன் காரணமாகவே இப்படியான சிறுகதைகளை இவரால் எழுதமுடிகிறது.

'முதற்தீ எரிந்த காடு' என்பது அரங்கநாதனின் இன்னொரு சிறுகதை. இதைப் பற்றி பல்வேறு விளக்கங்கள் பலராலும் அளிக்கப்பட்டாலும் கதையைப் பற்றி மா.அரங்கநாதன் சொல்லுகிறபோது,

"வைதீஸ்வரன் கோயிலுக்கு நான் தனியாக இரண்டுமுறை போயிருக்கிறேன். கோயிலுக்குப் போயிருக்கிற சமயத்தில் பிரகாரத்தைச் சுத்திப் பார்ப்பேன். எந்தக் கோவிலுக்குப் போனாலும் பிரகாரத்தைச் சுத்திப் பார்ப்பதுண்டு... அங்கே அப்போ மூன்று மூன்றாக சில சிவலிங்கங்கள் இருந்தன. அது என்ன என்று யாருக்கும் சரியா சொல்லத் தெரியலே... நான் ஊரைக் கொஞ்சம் சுத்திப் பார்த்தேன். அடுத்ததடவை நண்பர்களோட நாங்க ஆபீஸில் டூரிஸ்டா போனோம்... அப்பதான் பேய் உருவில் ஒரு பெண் வந்து இது பண்ணாங்க அந்தக் கதை கிட்டத்தட்ட மறைமலையடிகளாரிலிருந்து ஒரு சாதாரண மதபோதகர் வரைக்கும் அதைச் சொல்லியிருக்கிறார்கள். உண்மையான இது எதுவாயிருக்கும்னு நினைச்சுப் பார்த்தப்போ இது இப்படித்தான் இருக்கனும்னு எனக்குத் தோணுது. இதுக்கு மாற்றமா ஆன எந்தத் தடயமும் கிடையாது. 'முதற் தீ எரிந்த காடு' கதையில நான் சொல்லக்கூடியது. தீயில் மாண்டார்கள்னுனா அவங்க சந்ததியெல்லாம் இருக்குமில்லையா அப்படித்தான் அது நடந்திருக்கும். அந்தச் சமயத்தில் ஒருநாள் வைதீஸ்வரன் கோயில் போயிட்டு பக்கத்தில் அந்த ஓட்டலில் தங்கியிருந்தோம். அன்னைக்குப் பார்த்து ஒரு ஸ்வப்னம். அந்த ஸ்வப்னத்தில் இந்தத் தீயிலே குளிக்கிற இது. இவங்கள்ளாம் யாரு? மேளம் அடிக்கிற சத்தம் கேட்குது காதுல... மேளம் என்ன மேளம்? மிருகங்களை ஓட்டுற, இங்கே வராதேன்னு சொல்லி விரட்டி, நாய்களைக் கல்லால் அடிக்கிற மாதிரி,அந்தக் காலத்துல மிருகங்கள், நாய்நரிகள் வந்தாச்சானா மேளத்த அடிச்சு விரட்டுவாங்களாம். அது நம்ம இதுல சொல்லப்பட்டிருக்கு, இங்குள்ள வழக்கம் அது. அந்த மிருகங்களை ஓட்டக்கூடிய காட்சியை நான் கனவில் பார்த்தேன். மிருகங்களை எதுக்காக வேண்டி ஓட்டினார்கள். அவங்களுடைய இடத்தை இவங்க ஆக்கிரமிச்சிருக்காங்க அதுதான் வைத்தீஸ்வரன் கோயில்.

வைத்தீஸ்வரன் கோவிலில் இருந்த வேளாளர்கள் தீயில் குளித்தார்கள். அவர்கள் அந்த மிருகங்களை ஓடவிட்டார்கள். அந்த மிருகங்களுக்கு ஒண்ணும் தெரியாது. குறிப்பிட்ட நேரத்துக்கு அந்த இடத்துக்கு வந்து சேரும். இராத்திரி நம்ம துரத்தினவங்க இவங்கதாம்னு

அதுக்குத் தெரியாது. அடுத்த நாளும் குறிப்பிட்ட நேரத்துக்கு அந்த இடத்துக்கு வரும். நம்ம அந்தக் குறிப்பிட்ட இடத்திலிருந்து விரட்டினாங்கன்னும் அவற்றுக்குத் தெரியாது. அந்த நேரத்தில் மேளத்தக் கொட்டணும்ங்கிறது அன்றையிலிருந்துதான் ஆரம்பிச்சது. அந்த வழக்கம்

தமிழ்நாட்டில் சுடலை மாடசாமி கோயிலிலும் நடக்கிறது... குறிப்பிட்ட நேரத்தில் மேளம் கொட்டணங்கறது கோவில்களே இல்லாத அந்தக் காலத்தில்தான். அப்போது அரசனுடைய அரண்மனைதான் கோவில் கோவில்னு ஒண்ணு கிடையாது. அரசனுடைய அரண்மனையில் அரசனுடைய பூஜை அறைதான் கோவிலாயிருந்தது. அங்கே ஒரே ஒரு சிவலிங்கம் மட்டும் இருந்தது. இது தென்னகம் பூராவும் இருந்த ஒரு விஷயம்.'' - (மா.அரங்கநாதன்- 'இன்மை, அனுபூதி, இலக்கியம்')

ஒரு கோயிலின் தோற்றத்தைப் பற்றியும் அதில் நிகழ்த்தப்படும் சடங்குகளைப் பற்றியும், அதன் பூர்வ அம்சங்களின் தன்மையையும் அதன் தோற்றத்தையும் எடுத்துரைக்கிறார். அக்கால சமூகத்தினர் தங்களிடத்திற்கு வரும் மிருகங்களை விரட்ட மூட்டிய தீயே பிற்காலத்தில் கோயில்களில் வளர்க்கப்பட்டது என கதை சொல்கிறது. மனித சமூகம் எவ்வாறு தங்களை தற்காத்துக் கொண்டது என்பதும், மிருகங்களை விரட்ட முழங்கிய மேளங்கள், கொம்பூதப்படுதல் என ஒரு கோயிலின் உருவாக்கத்தைப் புனைவின் மூலம் எடுத்துரைக்கிறார். மேலும், கோயிலின் பழமையில் தன்னையே இழக்கிறார். ஒரு கட்டத்தில் நடராஜன் - முத்துக் கறுப்பனை நோக்கிக் கேட்கிறார். "பின்னே எதுக்குத்தான் கோவிலுக்கு வந்தே - சொல்லு - இப்படி இந்த இடத்தில் நின்னுக்கிட்டிருக்கவா? முத்துக்கறுப்பனின் மௌனத்தில் 'ஆமாம்' இருந்தது "ஆமா" என்றான். முப்பத்தஞ்சு வருசம்" என்றான். முத்துக்கறுப்பனின் இந்தப் பதிலில் ஒரு பேரமைதியினைக் கதை மொழிகிறது.

ஒரு கோயிலுக்குச் சென்று வருவதையே களமாகக்கொண்டு எழுதப்பட்டுள்ள கதையில் கோவிலின், அதைச் சுற்றி பின்னப் பட்டுள்ள சமூகத்தின் வரலாற்று அசைவுகளையும் பதிவு செய்து கொண்டே நடக்கிறது இக்கதை. மா.அரங்கநாதனின் சிறுகதைகளில் இதுவொரு சிறப்பம்சம் கொண்ட கதையாகும். இக்கதை பல்வேறுவிதமாக வாசிக்கலாம். ஒரு கோவிலின் தோற்றத்தையும் அதன் பிரத்யேகமான வரலாற்றையும், முத்துக்கறுப்பனின் தன்னனுபவத்தையும் இழைகளாக்கிப் பின்னப்பட்ட கதை. மா.அரங்கநாதனின் மற்ற கதைகளைக் காட்டிலும் இதில் அடர்த்தி அதிகமாகக் காணப்படுகிறது. இதில் எழுதப்பட்டிருக்கும் உரையாடல்கள் பொருண்மை பொதிந்தவையாக உள்ளன.

வழிபாடுகளின் வழியே இயங்கும் கோவில்களில், அதனைத் தாண்டிய மாற்றுப் பரிமாணம் உள்ளதை இக்கதை நெடுகிலும் எடுத்துக் கூறுகிறார். பொதுவாக ஒரு மனிதன் கோவிலுக்குப் போவதை ஒரு சடங்காகச் செய்யும்போது - அக்கோயிலின் தோற்றம் குறித்த புராணம் வழியான விஷயங்களே அறிமுகமாகின்றன. மனிதனோடு சம்பந்தமில்லாத பௌராணிக உயிரிகளின் செயல்களை அல்லது அதன் தலபுராணம் என்பவையே தெரிந்திருக்கும்.

ஆனால் ‘முதற்றீ எரிந்த காடு’ கோவிலின் இயற்கையான வரலாற்றை எழுதியுள்ளது சமூகத்தின் வளர்ச்சிக்கேற்ப மனிதன் எவ்வாறு தனக்கு வனவிலங்குகளினால் நேரிடும் அச்சுறுத்தலைச் சமாளிக்கிறான். பின்னர் தன்னைத் தற்காத்துக் கொள்ள கையாண்ட முறைகளே எவ்வாறு கோயிலின் சடங்குகளாக உருமாற்றமடைந்தன என்பவை ஒரு புனைவு வழியே நேர்த்தியாகச் சொல்லப்படுகின்றன.

கோவிலின் கட்டுமானத்தின் உள்ளார்ந்த அம்சங்களை கதையாடல்கள் அகப்படுத்தியிருக்கின்றன. கோவிலின் உள்ளிருக்கையில் நிகழும் மனித மன அனுபவத்திற்கு அதிகம் அழுத்தம் கொடுப்பவர் மா.அரங்கநாதன் ‘காடன் மலை’ என்ற கதையிலும் ‘ஒருவன் கோவில் வெளிப் பிரகாரத்தில் நீண்ட நேரம் உட்கார்ந்திருந்தான்’. (‘காடன் மலை’) அவன் கடவுள் தரிசனம் செய்தானா என்ற குறிப்பின்றியே கதை முடியும்.

முன்பின் அறியாத ஒருவர் சகஉயிரி மீது காட்டும் அக்கறையும் அன்பும் மனித மனதின் உன்னதமான வெளிப்பாடு ‘உவரி’ என்ற கதை. பேருந்து பயணத்தின் இடையில் ஏற்படும் இடையூறில் நின்றுவிடுகிறது. அதில் பயணிக்கும் இருவரில் ஒருவர் தயானந்தம். மற்றொருவர் கதையில் வருபவர். தயானந்தனின் பூர்வீகப் பெயர் முத்துக்கறுப்பன். இவர் தான் தயானந்தனாய் மாறியதற்கான காரணத்தைச் சொல்கிறார்.

இவருவருக்கும் தற்செயலாக உரையாடல் துவங்குகிறது. இருவேறு மனோநிலைகளில் சுய கலாச்சாரத்திற்கும் பிற கலாச்சாரத்திற்கும் நிகழ்த்தப்படும் உரையாடல் எனலாம். ஒருவர் ’நீங்க எந்தப் பக்கம்?’ என்றார். அதற்கு மற்றவர் ’மதுரை’ என்றவுடன் தயானந்தன் தன்னை அறிமுகப்படுத்திக் கொண்டு கையிலிருந்த புத்தகத்தின் ஒரு பக்கத்தைப் பிரித்துக்காட்டிப் படிக்கச் சொன்னார். அரசன் சால்மோனின் கப்பல்கள் ஓபர் துறைமுகத்தில் வந்து சரக்குகளைப் பெற்றுத் திரும்பியது குறித்த பகுதி.

‘ஆப்பிரிக்காவிலும் ஓபர் என்றொரு இடம் உண்டு’ என்றான் அவன்.

‘ஆப்பிரிக்கா. இஸ்ரேலுக்குப் பக்கம். அப்படியிருந்தால் தூரக் கடல் கடந்த செய்திக்கு அந்த இடத்தைச் சொல்லியிருக்க மாட்டார்கள்’.

‘என்னவெல்லாம் பாத்தீக’ என்று மறுபடியும் கேட்டார் தயானந்தம்,

‘சுசீயந்திரம் கோவில் - கோட்டாறு சர்ச் - குமரியம்மன் கடல் - இப்ப இந்த சர்ச் - வேறு என்ன இருக்கு?’

‘இருக்கு - நிறைய - வயலெல்லாம் பாத்தேளா - மலையிருக்கு- அப்றம் இந்த இடம் - இங்கிருந்து இருபது மைல் போனா இந்த ஓவரியிருக்கு’

‘அதென்னாது?’

‘அதுதான் நான் சொன்ன ஊர். ரொம்பப் பழைய காலத்து ஊரு. பாருங்க’.

திரும்பவும் வேதாகம புத்தகத்தைத் திறந்து பக்கத்தைப் புரட்டினார். - அரசன் சாலமோன் பக்கம்’

‘இந்த இடத்தின் பழமையை சாதாரணமா யாரும் தெரிந்து கொள்ளலே’ என்றார்’

‘தமிழே பழமைதானே?’ என்றான் அவன்.

“ஆமாம்” என்று ஒப்புக் கொண்டார். ‘நானும் சுசீயந்திரம் கோவில் போயிருக்கேன். அந்தச் சிலைகளையெல்லாம் கும்பிட்டிருக்கேன். ஒரே பூத மயம்’.

‘நீங்க எப்படி எங்க கோயிலுக்கெல்லாம்...?’

‘அதுதான் - பதினைஞ்சு வயசு வரைக்கும் போனேன். பிறகு தான் இந்த ஒளி கிடைத்தது. ஆனா எப்பவும் தமிழ்ப் பாடங்கேட்கிற போதெல்லாம் கோவிலைப் பற்றிப் பேசுவதுண்டு - பாவலர் தெரியுமா - சதாவதானி - அவரே மற்றவாளுக்கு சைவசித்தாந்தம் பத்தி சந்தேகம் தீர்த்து வைப்பாரு’.

தயானந்தர் தன்னைச் சதாவதானி செய்குத்தம்பிப் பாவலரின் மாணாக்கர் என்று சொல்லிக்கொண்டார்... தன்னைப்பற்றிப் பாவலர்

எழுதித்தந்த சாற்றுக்கவியை- அது வேதாகமப்புத்தகத்தில் மடித்து வைக்கப்பட்டிருந்தது- எடுத்துக் காண்பித்தார்..

...

'பழைய காலத்து இடங்களையெல்லாம் பார்க்கவேண்டுமென்று ஆசை. நிறைய பார்த்திருக்கிறேன். நேற்று சுசீயந்திரம் கோவிலில் கும்பிடும்போது, கண்களை மூடினால் அந்தத் தாணுலிங்கம் எனக்குச் சிலுவையாகத் தெரிந்தது. நான் மெய் மறந்துபோனேன்' என்றான்.

தயானந்தர் பூரிப்போடு 'தங்களை ஏசு அழைக்கிறார் ஐயா' என்றார்.

'இருக்கும் - ஆனா, பிறகு கோட்டாறு 'சர்ச்' போனபோது, அந்தச் சிலுவை எனக்கு லிங்கமாகத்தான் தெரிந்தது' என்று முடித்தான் அவன். (சிறுகதை 'உவரி')

"தயானந்தன் - முத்துக்கறுப்பனுக்கு இடையில் நிகழும் உரையாடலில் மா.அரங்கநாதனின் தீர்க்கமும், பகடியும் சிறப்பாக வெளிப்படுவதைப் பார்க்கலாம். சாலமோனின் கப்பல்களின் வருகையைச் சிலாகிக்கிறார் தயானந்தன். 'தமிழே பழமை தானே' என்ற வாக்கும் வருகிறது. இவற்றின் மூலம் மா.அரங்கநாதனின் மன உட்கிடை வெளிப்படுகிறது. கதையின் முடிவில் மானுடத்திற்கு ஒரு செய்தி கிடைக்கிறது." ('யதார்த்த மாயை அல்லது மாயையின் யதார்த்தம்'- ஜமாலன்).

மா.அரங்கநாதனின் மொழி எத்தகையது, அது எத்தகைய விடயங்களைக் கொண்டிருக்கிறது என்று நோக்கும்போது, அவைதீகம், ஜோதிடம், சைவசித்தாந்தம், சங்கப் பாடலின் உள்ளுறை மற்றும் திருக்குறளின் 'அன்புடைமை', மாற்றுக் கலாச்சாரங்களுடனான பரிவர்த்தனை, சுயவிசாரணை என பலவற்றைக் கவனிக்கலாம். இவை மா.அரங்கநாதனின் சிந்தனையோட்டத்தின் அடிநாதமாக விளங்குபவை. ஆனால் தனது கதையாக்கத்தில் அவர் வலிந்து இவைகளைப் புகுத்துவதில்லை. மிக இயல்பாக கதையாடலினூடே இச்சிந்தனை யோட்டங்களை உருவாக்கியுள்ளார். தமிழ்ப்பக்தி மரபின் அவைதீகப் பண்புகளையும், அதனோடொத்த சித்தர் மரபு, திருமூலர் சிந்தனைகள் என அவரது கதையிலோடும் இழைகளைக் கண்டறிவது ஒரு இனிய வாசிப்பனுபவமாகும். மா.அரங்கநாதனின் சிறுகதைகளில் அவர் கையாளும் மொழியைப் பற்றி ரவி சுப்பிரமணியன் சில பொருத்தமான காரணிகளைத் தருகிறார்.

'மா.அரங்கநாதனின் மொழி பல விஷயங்களை உள்ளடக்கியது. சின்ன வார்த்தைகள், எளிமையான அழகு பொருந்திய வர்ணனைகள், நாகர்கோவிலின் வட்டார வழக்கு என்று அதில் சிலவற்றைச் சொல்லலாம். தோற்றத்துக்கு எளிமையாகத் தென்படும் அவரது மொழி, உண்மையில் எளிமையானதல்ல. அவர் எடுத்துக்கொள்கிற விஷயங்களின் களம் அப்படி. நமக்குச் சொல்ல வந்ததைச் சொல்ல மொழி வழியேதான் அவர் நம்மைக் கூட்டிச் செல்கிறார். ஆனால் நாம் சற்று ஸ்வாதீனம் இல்லாமல் பராக்குப் பார்த்தபடி நடந்து வந்து விட்டால் மொழியைத் தாண்டின இடத்தில் அவர் நம்மைக் கொண்டுவந்து விட்டிருப்பதை உணரமுடிகிறது.

நமது பண்பாடு, கலாச்சாரம், மொழியின் மேன்மை, தொன்மை, பக்தி, இலக்கியம் குறித்த பதிவுகள் என்று கதைகளின் வழியே பல செய்திகளை உறுத்தலின்றி சொல்லிச் செல்கிறார். மரபின் சாயலைத் தற்கால மனிதனின் வாழ்வோடு இணைத்து அழகியலோடு சொல்வது இன்றைய சூழலில் அத்தனை எளிதான காரியம் அல்ல. - (ரவிசுப்பிரமணியன் - 'அவசியம் படிக்க வேண்டிய எழுத்து').

கொடிய வெய்யிலில் குழந்தையைத் தூக்கி வைத்து கொண்டு உவரியில் நடக்கையில், குழந்தையின் தலையில் சுட்டது. 'கடற்காற்று இருந்தாலும் வெயில் கூசிற்று. நடந்துகொண்டே பின்னால் திரும்பிக் கடலை நோக்கினான். சாலமன் கப்பல்கள் எதுவுமில்லை'.

'சாலையில் நடமாட்டம் இல்லை. ஒரே ஒருவர் மாத்திரம் எதிரே நடந்து வந்து கொண்டிருந்தார் - தோளில் மண்வெட்டியுடன்... உச்சி வெயில் தலையில் சுட்டது. கையில் ஏதாவது 'பாட்டில்' கொண்டு வந்திருந்தால் 'காப்பி' வாங்கிப் போகலாம். அதுகூடக் கிடைக்குமோ, என்னவோ, இஸ்ரேலுக்குச் சரக்குகளை அனுப்பிய இடம் எங்கே?'

'என்னா - வண்டி நின்னு போச்சா?' என்று கேட்டவாறே மண்வெட்டிக்காரர் எதிரே நின்றார்.

'யாருக்கும் அடி கிடி படலையே - பாவிப் பயலுக தலைதெறிக்கல்ல போறான்'

பதிலுக்குக் காத்திராமல் நகரத் தொடங்கியவர் நின்று திரும்பினார்.

'இந்த வேகாத வெய்யிலிலேயே பிள்ளையை இப்படியா தூக்கிட்டுப் போறது - தலையிலே கையை வெச்சு பாத்தா தெரியும்'.

'குழந்தையின் தலையைத் தடவி விட்டவாறே, தன் தோளிலிருந்த துண்டை எடுத்து, அதன் முகத்தைத் துடைத்தார். துணியைக் குழந்தை தலை மீது சுற்றி விட்டு ஒரு பாதுகாப்பளித்தார்'.

'போய்ட்டு வந்திருங்க - டீக்கடை முன்னாலேயே இருக்கு - வண்டி பக்கந்தான் போறேன் - போயிட்டு வாங்க'.

மண்வெட்டியைத் தோளில் சாய்த்து நடந்தார்.

...

சாலமன் என்ன - அவன் மூப்பாட்டன் காலத்திற்கு முன்பே இந்த இடத்திற்கு வர எல்லோரும் விரும்பித்தான் இருப்பார்கள் என்ற ஓர் எண்ணம் அவனிடம் தோன்றியது. (சிறுகதை: 'உவரி')

முன்பின் அறிமுகமில்லாத ஒரு எளியவர் குழந்தையின் தலையில் வெயில் சுடுவதைக் கண்டு பொறுக்காமல் கனிவுடன் குழந்தையின் தலைமேல் தன்னிட மிருக்கும் துண்டைப் போர்த்திவிட்டுச் செல்கிறார். இத்தகைய எதிர்பார்ப்பில்லாத அன்பையும் கருணையும் கொண்ட மனிதர் வாழுமிடமான உவரியில் சாலமன் என்ற ராஜா என்ன உலகிலுள்ள எவரும் வரத்தான் நினைப்பார்கள் என்கிறார் மா.அரங்கநாதன். இந்தக் கதையின் துவக்கத்தில் இவ்வாறு இக்கதை வடிவெடுக்கும் என்று யாராலும் எதிர்பார்த்திருக்க முடியாது. ஆனால், கதையில் வரும் 'தமிழே பழமைதானே' என்ற சொற்றொடரும் இறுதியில் குழந்தையின் தலையில் ஒரு துண்டைப் போர்த்தும் சாதாரணரின் அன்பும் கருணையும் தமிழர் பழம்பண்பு என்று குறிப்பீடு செய்கிறார்.

மா.அரங்கநாதன் அவர்களின் கதைகளைப் பற்றிப் பேசும் சா.தேவதாஸ் தனது 'சூரியகாந்தி சூரியனானது' என்ற கட்டுரையில் 'உலகியல் சூழலுக்குள் இருந்த புதிய ஆன்மீகத் தளங்களில் உலவக் கூடிய அபூர்வமான பக்குவம் நிரம்பிய ஒரு வாழ்வு முறையைப் பதிவு செய்துள்ள மாபெரும் கலைஞராக மா.அரங்கநாதன் உயர்ந்து நிற்கிறார்' என்கிறார்

மா.அரங்கநாதனின் கதைகளில் மிக விசித்திரமான ஒரு கதை 'ஒருவழிப் பாதை' அந்தக் கதையில் சார்பியல் தத்துவச் சாயல் படிந்துள்ளது என்று சுஜாதா நடராஜன் குறிப்பிடுகிறார். பிற இலக்கிய விமர்சகர்களின் பார்வையிலிருந்து வித்தியாசமான பார்வையை சுஜாதாவின் அணுகுமுறை முன்வைக்கிறது.

'ஒருவழிப் பாதை' என்ற கதையில், முத்துக்கறுப்பன் முத்துவாகவும், கறுப்பனாகவும் இரண்டாகப் பிரிந்திருக்கிறார்கள். பின்பு 'திட்டம் நாளைக்குப் போட்டால் அது பயணமாகாது' என்று மனம்போன போக்கில் பயணம் போகிறார்கள். மாமல்லபுரம் போவதற்கு முன் கறுப்பன் தாம் பயணப்படுவது பயணமாகாது என்கிறான். இந்தப் பிரபஞ்சத் திலிருக்கும் எல்லாவற்றின் பயணமும் அறியப்பட வேண்டும் என்கிறான். இங்கு திரும்பவும் ஆசிரியர் காலத்தை நம்பாமல் பிரபஞ்சத்தில் உள்ள அனைத்தையும், தோன்றி முடியும் அசைவுகளாகவே கணிக்கின்றனர்... மிக அருமையான கதை இது, லேசாக சார்பியலைத் தொட்டு செல்லும் ஒரு படைப்பு'

கதைகளைப் பற்றி மேலும் பேசுகிற சுஜாதா நடராஜன்,

'முதன்முறை படித்தபோது கதை ஒரு சம்பவமாக விரிந்து சட்டென்று முடிந்து விட்டது சற்று ஏமாற்றம்தான். ஆனால் ஒரு உள்ளுணர்வு இவரது கதைகளை வேகமாகக் கடக்க முடியாது என்று கூறியது. மீண்டும் படிக்க, படித்த சம்பவங்களையும், நடமாடிய பாத்திரங்களையும் உதிர்த்துவிட்டு காலச்சூழலில் அகப்படாத ஒரு புதிய நுட்ப உணர்வு, நுண்ணியதாக தூண்டப்பட்டதை உணர்ந்தேன். அது மிகப்பெரியதாய் விரிந்து அதை சார்ந்து. இதுவரை உணரப்படாத, நிறைய அனுபவங்கள் உணரப்பட்டன. மா.அரங்கநாதனை எழுத்தாளர் என்று சொல்வதைவிட, எழுத்தாற்றல் உள்ள ஒரு மெய்யியல் அறிஞர் என்றுதான் சொல்ல வேண்டும்... அவரது கதைகள் சமூக மாற்றத்திற்கான விதைகள்... (சுஜாதா நடராஜன்- 'கல்வி அவனுக்குள் அடங்கியிருக்க அவனே மிஞ்சி நின்றான்')

மா.அரங்கநாதனின் கதைகளில் வரும் முத்துக்கறுப்பன் பன்முகப் பரிமாணம் கொண்டவன்.. ஒவ்வொரு கதையிலும் வெவ்வேறு வடிவங்களில் உலவுகிறார். இதனால் முத்துக்கறுப்பன் என்பவரின் பொதுப்பண்பை வரையறுக்க முடியுமா என்று தெரியவில்லை. பலர் பலவிதமாக முத்துக்கறுப்பனை உள்வாங்கி இருப்பார்கள். சில நேரங்களில் 'இரட்டை' போலவும் முத்துக்கறுப்பன் தோன்றுவார். கதையின் போக்கில் முத்துக்கறுப்பனின் குணாதிசயங்கள் வேறுபடலாம். பல சந்தர்ப்பங்களில் மா.அரங்கநாதன் - தான் முத்துக்கறுப்பன் என்றும் யோசிக்கத் தோன்றும். இப்படி யொரு விசேடமான கதைமாந்தரை உருவாக்கியள்ள மா.அரங்கநாதன். இவரது மொத்த சிறுகதைகள் பற்றிக் கூறும் பாலசுப்ரமணியம் பொன்ராஜ்...

'எண்பது கதைகளில் வெவ்வேறு பருவத்தில் வேறுவேறு முத்துக்கறுப்பன்கள் தெரிந்தாலும் தொகுப்பாக வாசிக்கையில் கதைகள் பேசும் பொருள்களுக்கு இடையே இருக்கும் தொடர்ச்சியால் எண்பது முத்துக்கறுப்பன்களும் ஒருவர்தான் எனத் தோன்றச் செய்கிறது. இவ்வகையில் தத்துவத்தின் வழி வாழ்வையும், மனத்தையும் நுணுகிப் பார்த்த மா.அரங்கநாதன் தமிழ்ச்சிறுகதை வாசகர்களுக்கு அளிக்கும் பிரதியியல் உலகம் ஒருவகையில் பெருநெறியொன்றின் கூர்ந்து கவனிக்கத்தக்க சித்திரங்கள்'

('பாலசுப்பிரமணியம் பொன்ராஜ் - நுணுகி அறிந்த மனம்')

அரங்கநாதனின் கதைப்புலங்களைப் பற்றிய ஜமாலனின் கருத்து. மா.அரங்கநாதனின் கதைகளை வாசிப்போருக்கு ஒரு நல்ல திறப்பை வழங்குவதாக இருக்கிறது. கதைத் தளங்கள், கதைப் புலங்கள் என்ற இரு கதையாடல் பண்பைப் பற்றிய ஜமாலனின் விவாதம், சிறுகதைகளை நாம் வாசிக்கும் பழக்கத்தின் தேய்ந்த மரபை மா.அரங்கநாதன் எவ்வாறு மாற்றி அமைத்து உள்ளார் என்ற விளங்கிக் கொள்ள உதவுகிறது..

'மா.அரங்கநாதனின் கதைத் தளங்களைவிட கதைப்புலங்கள் நுட்பமாகக் கவனிக்கத் தக்கவையாக உள்ளன. அதாவது களம் என்பது இடத்தைக் குறிக்கிறது என்றால் புலம் என்பது காலவெளியைக் குறிப்பதாகும். ஒரு குறிப்பிட்ட காலவெளியில் அல்லது புலத்தில் இயங்கும் மனிதர்கள் ஒரு குறிப்பிட்ட வகையாக ஆதல் என்பதே இக்கதையாடல்களின் உத்தியாக உள்ளது... அதாவது பெரும்பாலான கதைகளில் 'ஆதல்' என்பது ஒரு தத்துவார்த்த உத்தியாக வெளிப்படுகிறது... முத்துக்கறுப்பன் ஒவ்வொரு கதையிலும் ஒன்றாகத் தோன்றி ஒன்றாக ஆதலே இந்த உத்தியின் அடிப்படையாக உள்ளது. ஆதல் என்பதை அதுவாக ஆதல் என்பதன்மூலம், மற்றொன்றாக ஆகாதிருத்தல் என்கிற தத்துவமாக மாறுகிறது. எல்லாம் மற்றதாக ஆதல் மூலமே மற்றதை இல்லாததாக்க முடியம். அதுவாக "ஆதல்" "அதையும்" "இதை"யும் இல்லாததாக்கிவிடும் என்பதே. தன்னை ஒரு சித்தாந்தியாக பல கதைகளில் பல களங்களில் பல தோற்றங்களில் முன்வைக்க முனையும் முத்துக்கறுப்பன் இந்த உத்தி வழியாக சித்தாந்தம் பேசும் வேதாந்தியாகி விடும் நிலை உருவாகி விடுவதை கதையின் உள்ளார்ந்த அமைப்பில் வாசிக்க முடிகிறது.' (ஜமாலன் - யதார்த்த மாயை அல்லது மாயையின் யதார்த்தம்)

பொதுவாகவே சிறுகதைகளில் பல மனோநிலைகள் அதன் கதை மாந்தர்களின் வழியே வெளிப்படும். நாம் பார்த்த மனிதர்கள் அவர்களது

அகம் மற்றும் புறகுணங்கள், அவர்களின் மனோபாவம் என்பவை எல்லாம் புனைவில் பிரதிபலிக்கும். சாதாரண மனிதர்களின் வாழ்வியல் மிக எளிதாக எழுத்தாளர்களுக்குப் புலப்பட்டு விடும். ஆனால் ஒரு சமூகத்தின் அங்கமாக வாழும்போது அச்சமூகத்தில் வாழ்வோரின் நம்பிக்கைகள், ஆசைகள், பழக்க வழக்கங்கள் அவர்களிடையே நிலவும் ஆண், பெண் உறவுநிலைகள், உணவுப்பழக்கங்கள், ஆடையணியும் விதங்கள் என பல கூறுகள் உள்ளன. இவையெல்லாம் ஒருபுறம் இருந்தாலும் ஒவ்வொரு சமூகத்திலும், மொழியிலும் பொதுப் பண்புகளிலிருந்து விடுபடும் விதமாய், மாற்றுநோக்குள்ளார்களும் இருக்கவே செய்கின்றனர். அவர்களின் நடைமுறைகளில் காணப்பெறும் வித்தியாசங்களை இலக்கியப் பிரதிகளாக ஆக்கப் பெற வேண்டியவை நிரம்பவே உள்ளன. முதன்நிலைக் கதையாடல் இரண்டாம்நிலைக் கதையாடல் என சிறுகதைகளில் கட்டமைவதுண்டு. மா.அரங்கநாதனின் சிறுகதைகளிலும் இவ்வம்சங்கள் இருக்கின்றன. சாதாரண வாசகன் முதன்மைக் கதை யாடலிலேயே வாசிப்பைச் செலுத்துவான். ஆனால் இரண்டாம்நிலைக் கதையாடலின் நுண்ணிய அம்சங்களை தேர்ந்த இலக்கிய வாசிப்பனுபவ முள்ளவன் மிகச்சரியாக இனம் கண்டுகொள்வான். மா.அரங்கநாதனது சிறுகதைகளில் இத்தகைய வாசிப்பிற்கு இடமுண்டு. பெரும்பான்மைக்கு மாற்றான கதாபாத்திரங்களைப் பற்றி ஸ்ரீநேசன் குறிப்பிடுகிறார்.

'மாற்றாக சமூகத்தின் பெரும்பான்மை மனநிலையிலிருந்து விலகிய சமூகத்துக்கு முன்மாதிரியாகக் கூடிய, பிரத்யேகமான வாழ்வையோ பார்வையோ கொண்டுள்ள சிலரை இவர் கதைகள் அடையாளப்படுத்தியுள்ளன. இம்மாதிரியான பாத்திர வார்ப்புகளுக் காகவே இக்கதைகள் முக்கியத்துவமும் சிறப்பும் எய்துகின்றன' (ஸ்ரீநேசன்-'மா.அரங்கநாதனின் எண்பது கதைகளும், எல்லையில்லா அனுபவங்களும்')

ஜோதிடத்திற்கும் நம் அன்றாட வாழ்விற்குமான தொடர்பு என்ன என்ற கேள்வி எப்போதும் கேட்கப்படுகிறது. தொலைக்காட்சிகளில் அன்றாடம் காலை இராசிபலன் ஜோதிட வாணர்களால் கணிப்பென்று கூறப்படுகிறது. தின, வார, மாத, இதழ்களிலும் இராசிபலன் கணிப்புகள் சில பக்கங்களில் இடம்பெறுகின்றன. இவைகளின் பலன்கள் அதை நம்பும் அனைவருக்கும் பலிதமாகிறதா என்று தெரியவில்லை. ஆனாலும் நம்பியும் நம்பாமலும் பெரும்பான்மையானோர் அதைக் காண்கின்றனர்.

அதன்பாதிப்பு என்பது நவீனயுகத்தின் உள்மனதில் ஏற்படவே செய்கிறது. பெருங்காப்பியங்கள், காப்பியங்கள் முதற்கொண்டு பல

நூல்களில் ஜோதிடம் அல்லது பிறப்பு கணிப்புகள் பேசப்பட்டுள்ளன. இதையொரு நம்பிக்கையாக சிலரும், அறிவியலாக சிலரும் முன் நிறுத்துகின்றனர். இலக்கியப் பிரதிகளில் இதன்போக்குகளைப் பற்றி தனியாக அலசிப் பார்க்கவேண்டும். ஏனெனில், பலருக்கு ஜோதிடம் அன்றாட வாழ்க்கையின் அங்கமாகி உள்ளது மா.அரங்கநாதனின் பல சிறுகதைகளில் ஜோதிடம் இடம்பெற்றுள்ளது. அவரை வாசித்தவர்கள் அவரிடம் தனிப்பட்ட முறையில் தனது இராசி கட்டம் குறித்து கேட்டுள்ளனர். மா.அரங்கநாதன் அவர்களுக்கு அக்கணிப்பில் ஒரு தனி ஈடுபாடு இருந்தது. தன்னிடம் கேட்பவர்களிடம் கோடிட்டு சொல்லும் படியான கணிப்புகளை அவர் வழங்கியுமிருக்கிறார். அவரது கதைகளில் காணப்படும் ஜாதகக் கூறுகளைப் பற்றிய ராணி திலக்கின் கட்டுரையைக் குறிப்பிட்டுச் சொல்ல வேண்டும்.

'மா.அரங்கநாதனின் கதைகளில் வெளிப்படும் ஜோதிடம் வாழ்வியல் சம்பந்தம் உடையது. அதாவது அன்றாட வாழ்வில் மனிதன் தனக்குள் தேடும் ஒரு விடை அது. மாரகம் என்பது யாவர்க்கும் பொது என்றபோதிலும் அதன் சூட்சமங்களைக் கண்டடைவதுதான் மனித ஆன்மாவின் குணம். இவர் கதைகளில் ஜாதகப்படி சிலர் இருக்கிறார்கள்... சிலர் வாழ்கிறார்கள். சிலர் அதை மறுக்கிறார்கள்... ஆனால் அவர்கள் யாவராலும் ஜாதகத் தன்மையிலிருந்து விடுபட முடியவில்லை என்பது நிதர்சனம். தசாபுத்தி என்பது ஒரு மனிதனின் தலைவிதி. அதை அவன் அனுபவித்தே தீரவேண்டும் என்பது பொது விதியாகி விடுகிறது. பகுத்தறிவுவாதிக்கும் இந்த நிலைதான். அவன் ஜாதகம் பார்ப்பவனாக இருக்கப் போவதில்லை. அவன் பகுத்தறிவாளனாக இருப்பான் என்பது அவன் ஜாதக விதி. இதையும் ஜாதகம்தான் கூறும். (ராணி திலக் - திருக்கார்த்திகை நோக்கி வளரும் ஆருடக் கதைகள்')

இறுதியாக க.பஞ்சாகத்தின் மா.அரங்கநாதன் சிறுகதைகள் பற்றிய அவதானிப்புடன் இக்கட்டுரையை நிறைவு செய்யலாம்..

'அவருக்கு 'தான்', 'நான்' என்பன முக்கியமல்ல; உண்மை குறித்த தேடல் முக்கியம்; அதனாலேயே எந்த அடையாள வியாபாரத்திலும் சிக்கிக் கொள்ளாமல் தன் போக்கில் இயங்கியுள்ளார்; ஓரிடத்தில் இப்படி எழுதுகிறார். "கதை என்றால் என்ன? கவிதை என்றால் என்ன? கடவுள் என்றால் என்ன? என்ற கேள்விகளைக் கேட்டுக் கொண்டே இருக்க விரும்புகிறேன். கூடவே வாழ்க்கை என்பது என்ன என்பதையம் சேர்த்துக் கொள்ள வேண்டும்; தன் எழுத்தின் மூலம் இத்தகைய கேள்விகளைத் தான் எழுப்பிக் கொண்டே இருக்கிறார். இப்படியான ஒரு தேடல்

காரணமாகவே, 'உருவ அமைதி' என்று பெரிதாகப் பேசிக் கொண்டிருந்த ஒரு காலகட்டத்தைச் சேர்ந்த அரங்கநாதன், தன் சிறுகதைகளை இன்று பேசப்படும் பின்நவீனத்துவ எழுத்துப் போல உருவங்களைப் பற்றிக் கவலைப்படாமல் அனைத்தையும் சிதைத்தவாறே சிந்தனையிலும், எழுத்திலும் செயல்பட்டுள்ளார். இன்றைக்குத் திரும்பவும் வாசிக்கும் போது வியப்பாக இருக்கிறது' (க. பஞ்சாங்கம் - 'வாழ்வெனும் அபத்த நாடகமும் , அரங்கநாதனின் படைப்புலகமும்')

4. மா.அரங்கநாதன் நாவல்கள்

மா.அரங்கநாதன் இரண்டு நாவல்களை எழுதியுள்ளார். ஒன்று 'பறளியாற்று மாந்தர்.' இரண்டு 'காளியூட்டு.' தமிழ் சிறுகதை எழுத்தாளர்களில் பலர் நாவல்களும் எழுதியுள்ளனர். தமிழின் துவக்க கால நாவல்களான பிரதாப முதலியார் சரித்திரம், (மாயூரம் வேதநாயகம் பிள்ளை), கமலாம்பாள் சரித்திரம் (பி.ஆர்.ராஜமய்யர்), பத்மாவதி சரித்திரம் (ஆ.மாதவையா) ஆகியவை தொடக்க கால நாவல்கள். இந்தக் கொடிமரபிலிருந்து வளர்ச்சியடைந்த நாவல் இலக்கியம் தமிழ்நிலப்பரப்பையும் மற்றும் அதன் வாழ்வியலையும் வெளிக்காட்டின. தமிழின் முன்னோடி நாவல்களான இம்மூன்றும், ஒவ்வொன்றும் தனித்த பண்புகளை உடையவை எனலாம். தொடர்ந்து வந்த நாவல்கள் பலவகைப் பட்டவையாக இருந்தன. 1. யதார்த்த வகை நாவல்கள். 2. வட்டார நாவல்கள், 3. நவீனத்துவ நாவல்கள் என்று மூன்று பெரும் பிரிவுகளைச் சொல்லலாம். இந்த மூன்றிலிருந்து மேலும் கிளையாக்கங்கள் நிகழ்ந்துள்ளன. 1.அநேர்கோட்டு நாவல்கள் 2.பின்-நவீனத்துவ நாவல்கள், 3. தலித் நாவல்கள், 4.பரீட்சார்த்த நாவல்கள் என்று வகைப்பட்டு நாவல் செழுமையடைந்துள்ளது. பரந்து பட்ட இந்த நாவல் களத்தில் மா.அரங்கநாதன் எங்கு நிற்பார் என்பதே நம் கேள்வி. இதற்கான விடையென்பது அத்தனை எளிதானதல்ல. அவர் தான் சார்ந்த நிலத்தையும் ஊரையும் அடிநாதமாக வைத்து எழுதியிருந்தாலும், அவரை முழு வட்டார நாவலாசிரியராகக் குறிப்பிட முடியுமா என்று தெரியவில்லை. அவர் தன் மாவட்டத்தின் நிலப்பரப்பையும் அதில் வாழும் பல்வேறு மனிதர்களையும் நாவலில் சித்தரித்தாலும், அவர்களின் வாழ்விட பெயர்வையும். அப்பெயர்வின் இடங்களையும் பரப்பையும் தனது நாவல்களில் உள்வைக்கிறார். தனது நிலம் சார்ந்த விழுமியங்களும், அவைகளின் மேன்மைகளையும் கீழ்மைகளையும் சேர்த்தே எழுதியுள்ளார். அதோடன்றி தனது விழுமியங்கள் மற்றொரு பெயர்விடத்து விழுமியத்தோடு கொள்ளும் எதிர்வினையை நாவலின் உட்கதையாடலாக அமைத்துக் கொள்கிறார். ஒருபுறம் பூர்வநிலத்தின் மனித உறவின் மேன்மையும் மற்றொருபுறம் புதிதாக பெயர்ந்த இடத்து மனிதர்களின் நற்பண்புகளையும் இவற்றிற்கிடையிலான இணக்கத்தையும் - பிணக்கத்தையும் ஆழமாகப் பிரதிபலிக்கிறார்.

'பறளியாற்று மாந்தர்' நாவலைப் பற்றி ப.சகதேவன் (ப.கிருஷ்ணசாமி) கணிப்புச் செய்திருக்கிறார். நாவலின் கதையாடல் சிறப்பு அவர் கவனத்தைப் பெற்றிருக்கிறது.

“தமிழின் (மனித இன) வரலாறு, மதம், சாதி, அரசியல், மொழி என்பவற்றின் மூன்று தலைமுறை மாற்றங்களை 200 பக்கங்களில் மட்டும் எடுத்துச் சொல்லும் தைரியம் கொண்ட இந்நாவல் (பறளியாற்று மாந்தர்)... சமூக மனிதனின் பதற்றங்கள், தாபங்கள். இயலாமைகள், மனத் திருப்திகள் என்பவை ஒரு புதிய படைப்பு மொழியில் சொல்லப் பட்டிருக்கின்றன.

தனது படைப்புத் தத்துவத்திற்கு ஏகப்பிரதியாக, துருப்புச் சீட்டாக வரும் முத்துக்கறுப்பனை காலமாற்றத்தில் தடுமாறும் ஒரு சமூகத்தின், ஓர் இனத்தின் பிரதிநிதியாகத் தோன்றுமாறு செய்திருப்பது தற்செயலானது என்று தோன்றும்படிச் செய்திருக்கும் அறிவுப்பூர்வமான செயல்.

இந்த நூற்றாண்டின் ஆரம்பத்தில் தெற்கத்திச் சீமையில் ஆரல்வாய்மொழியில் ஒரு பண்ணையாருக்குக் காரியஸ்தராகவும், பிறகு தானே ஒரு பண்ணையாராகவும் மாறும் சிவசங்கரன் பண்ணையாரைவிட உலக ஞானம் உடையவராகவும் அவ்வூர்க்காரர்களால் பெரிதும் மதிக்கப்படுபவராகவும் இருக்கிறார். பண்ணையாரின் இரு பெண்களின் திருமண வாழ்க்கையும் சில காரணங்களால் சிதிலமடைகிறது. சிவசங்கரன் கூட அதற்கு காரணம் எனச் சொல்லலாம். மாட்டு வண்டியின் மூலம் தபால் சேவையும், தேவார பாடசாலையும், தம்பிரான் தலைமையில் மடங்களும், உற்சாகத்தோடு கொண்டாடப்படும் திருவிழாக்களுமாக இருந்த அக்காலத்தில் ’தீவட்டிக் கொள்ளைக்காரர்’களின் பயமும் உண்டு. முத்துக்கறுப்பன் கூட அந்தத் தீவட்டிக் கொள்ளைக்காரர்களில் ஒருவன்தான். இருப்பவர்களிடம் கொள்ளையடிக்கும் முத்துக்கறுப்பன் இவன், பண்ணையாரின் மூத்தமகள் வாழாவெட்டியாகிறாள். அவள் கணவன் ஒரு மலையாளத்துப் பெண்ணுடன் வாழ்கிறான். அப்பெண்ணைச் சமூகம் ஏற்றுக் கொள்கிறது. தாலி கட்டப்பட்ட அன்றே கோபித்துக் கொண்டு போன இளைய பெண்ணின் கணவன் திரும்பவே இல்லை. இளைய பெண் தனது ‘கார்டியன்’ ஆன சிவசங்கரனையே ஆசைப்பட்டுக் கல்யாணம் செய்து கொள்கிறாள். சிவசங்கரன் மனைவியை இழந்தவர். இறந்துபோன தனது சகோதரியின் மகன் செந்திலை எங்கிருந்தோ கூட்டிக் கொண்டு வரும்போது அந்தப் பையனுடன் கூடவரும் பெண் யார் என்பதும் நமக்குச் சரியாகத் தெரிவதில்லை. “பழசுகள் பலவந்தமாகக் கட்டிக் காக்கப்படும் அச்சமூகத்தில் புதியவைகள் பயத்தைத் தருகின்றன” புதியவைகள் ஒதுக்கப்படுவதுமில்லை. வைணவமும் பிறகு கிறித்தவமும் மெல்லமெல்ல ஏற்றுக் கொள்ளப்படுகின்றன.

'வேரற்றவை' என்று சொல்லப்பட்டாலும் மாற்றத்தின் இன்றியமை யாமையை மடாதிபதி தம்பிரான் அறிந்தே வைத்திருக்கிறார். 'மாற்றங்கள் இல்லாதிருந்த காலம் எது? மாறுவதற்குப் பெயர்தான் உயிர். அதுதான் ஞானம். மண்ணில் உயிரைக் காண்பதுவே ஞானம்". இனம் சமயம் குறித்து அவ்வப்போது குழப்பங்கள் ஏற்பட்டாலும் சிலபோது தெளிவும் ஏற்படுகிறது. புரியாத விஷயங்கள் இருந்துகொண்டுதான் இருக்க வேண்டும்.

காலம் மனிதர்களைச் சேர்த்து வைக்கிறது. ஆச்சிகள் அச்சமூகத்தின் முக்கிய அங்கங்கள். அவர்களே சமூகத்தின் மனசாட்சிகள். மாற்றங்களை ஆச்சிகள் ஏற்றுக் கொண்டுவிட்டால் சமூகமே ஏற்றுக் கொண்ட மாதிரி. முறை தவறிய திருமணங்களையும் ஆச்சிகள் ஏற்றுக் கொள்ளத்தான் செய்கிறார்கள். ஆட்டோ மொபைல் என்றும் மோட்டார் வண்டி ஆரல்வாய்மொழிக்கு வருகிறது. நாகம்மாள் தனது கணவனது மலையாளத்து மனைவிக்குப் பிறந்த குழந்தையை எல்லாரையும் போலவே ஆனந்தத்தோடு பார்க்கிறாள். அவர்களுக்குப் பிறந்த குழந்தை பண்டாரம் தனக்கும் மகன் தானே! குழந்தைகள் பெரியவர்களாகிறபோது சிவசங்கரனின் பெண் வடிவுக்கும் அவர் அக்கா பையன் செந்திலுக்கும் திருமணம் நடக்கிறது. அவர் மகன் பண்டாரம் அந்தச் செய்தியோடு வந்த பெண்ணைக் கொலை செய்துவிட்டு ஊரைவிட்டு ஓடுகிறான். புனைகதையில் தென்படும் இம்மர்மங்களும், புதிர்களும் வாழ்வின் பகுதிகளாகி ரசனையின் பகுதிகளாகின்றன. புரியாதது ரசிக்கத் தகுந்தது. செந்தில் வடிவு தம்பதிக்குப் பிறந்த குழந்தை முத்துக்கறுப்பன் வளர்ந்து வாலிபமாகி பிழைப்புத் தேடி சென்னை நகரம் செல்கிறான். அவனோடு ஆரல்வாய்மொழியும் இடம்பெயர்கிறது".

(ப.கிருஷ்ணசாமி (ப.சகதேவன்) - 'முத்துக்கறுப்ப நாயனார் புராணம்')

'பறளியாற்று மாந்தர்' ஒருவகையில் பார்த்தால், ஒரு சரித்திரம் கலந்த புனைவாகத் தெரிகிறது. இதில் நடமாடும் ஆண்கள், பெண்கள் எல்லோரையும் ஒரு பொதுவான சரடு இணைக்கிறது. இவர்களது பண்டைய வேளாண் நாகரீகத்தின் சாயல்கள் மற்றும் சைவ மரபின் வாழ்வியல் இவற்றோடு மனிதர்களுக்கே உரிய பலங்கள், பலவீனங்கள், இடையிடையில் மனிதக் கட்டுப்பாட்டின் பிடியிலிருந்து நழுவும் வேளைகள், சில அமானுஷ்யமான காட்சிகள் என மா.அரங்கநாதனின்

நாவல் பிரதியின் பல அம்சங்கள் செழுமை சேர்க்கின்றன. அவ்வையாரம்மன் என்ற பாத்திரம் புதிர்த்தன்மையும், மர்மமும் கொண்டதாக இருக்கிறது.

'ஆச்சியின் கண்பார்வை மீது மீனாட்சிக்கு நம்பிக்கையுண்டு. தரையில் விழுந்த கொழுக்கட்டை மீதத்தைக் காலால் தள்ளி விடலாகாது. வந்தது வரட்டுமென குழந்தையைக் கீழே இறக்கிக் காட்டினாள். அது பலித்தது. கொழுக்கட்டை பற்றிய விமர்சனத்தில் இறங்கிவிடாமல் குழந்தை மெதுவாக நடந்தது. 'ஓடக்கூடாது' என்று கட்டளையிட்டாள் மீனாட்சி.

குழந்தை ஓடவில்லை. நடக்கும் காலின் அடுத்த அடியே தண்ணீரின் சமீபமாக விருந்தபடியால் மறுகணம் அது நழுவியது. மழைக்கால நீரின் கதி ஆற்றிலே விசேடம் - நொடியில் அதிகரிக்கும் வேகம். குழந்தை சப்தமிட்டு விழவில்லை. அது 'படக்'கென்று விழுந்த சப்தம் கேட்டிருக்கும்.

''ஐயோ - பிள்ளை'' என்று மீனாட்சி ஓடிவந்து தண்ணீரிலிருந்த குழந்தையின் கையைப்பற்றினாள். ஆனால் சேறும் புதுநீரின் வேகமும் திக்குமுக்காடச் செய்து அவளையும் கீழே தள்ளின. குழந்தையை உயர்த்த முயன்று அவளே நீரில் தாழ்ந்து - கால் நீரடியில் பாவவில்லையாததால் வேகத்தைச் சமாளிக்கும் திறனற்று, கரையை விட்டுத் தள்ளிப் போகும் நிலை - அக்கரையிலிருந்து உயர்ந்த சில பறவைகள் கூக்குரலிட்டு சடசடவென மேலே கிளம்பின. இருவரும் நீரில் அடித்துக் கொண்டு போகப்பட்டிருக்க முடியும். அவ்வைக்கிழவியின் சந்நிதியிலிருந்து பெரும் குரல்கள் இப்போது ஒலித்தன.

அவ்வையாரம்மன்தான் காப்பாற்றினாள் என்பார் அண்ணாவி. மீனாட்சியின் தலைமுடியைப் பற்றியிழுத்தது ஒரு வயதான பெண். புல்வெட்ட வந்தவளாயிருக்கும். ஆரவாரமற்ற அந்த இடத்தில் அத்தனை நேரம் எங்கிருந்தாளோ; நீரில் இழுக்கப்பட்ட இருவரையம் பிடித்திழுப்பது அந்தக் கிழவிக்குப் பெருஞ்செயலாக விருக்கவில்லை. மீனாட்சியும் நினைவு தப்பியிருக்கவில்லை. மேலோக குழந்தை அவள் கைகளில் பத்திரமாக இருந்தது - பயத்தால் அழ முடியாது தவித்தது.

ஆண்களும் பெண்களும் குலைதெறிக்க அந்த இடத்திற்கு ஓடி வருகையில், அந்தக் கிழவி மெதுவாக அந்த இடத்தைவிட்டு நகர ஆரம்பித்திருந்தாள். குழந்தையை ஒருவர் தூக்கிக் கொள்ள மீனாட்சியின் முகம் துடைத்து எப்படித் திட்டலாம் என ஆச்சி யோசித்திருக்கையில், அந்தக் கிழவி போயேவிட்டிருந்தாள்.

'அது அவ்வையாரம்மா தான்' என்றார் அண்ணாவி. கந்தன் சொன்னான்.

நயினாரே - அது பேச்சி - வீராணமங்கலம் - புல்லறுக்க வருவா - பாம்புக்கடி வைத்தியம் பாக்கத் தெரியும் - ஒரு காசு வாங்க மாட்டா'

"அவ்வையாரம்மன் தான்" என்றார் அண்ணாவி.

- ('பறளியாற்று மாந்தர்' பக். 558: 2016).

'பறளியாற்று மாந்தர்' நாவலில் வரும் இக்காட்சி அமானுஷ்யமானது. 'தூரத்தில் மறுகரையிலிருந்த இரண்டு பெரிய பறவைகளைக் காட்டினார். அது பலித்தது' என்று ஆச்சி சொல்கிறார். அது எது என்று வாசிக்கையில் தோன்றுகிறது. குழந்தை யாரோ ஒரு கிழவியால் நீரோட்டத்திலிருந்து காப்பாற்றப்பட்டதா? அல்லது அது அவ்வையாரம்மன் காப்பாற்றினாளா? முன்பின் சம்பந்தமற்ற ஒரு சொற்றொடர் வேறுபட்ட அலைகளை நாவலுக்குள் எழுப்புகிறது. இது மா.அரங்கநாதனின் தனித்த பாணி.. இவ்வாறான பலவற்றை அவருடைய எழுத்தில் நம்மால் எடுத்துக்காட்ட முடியும். நாவலின் வேகத்தில் இதைத் தவறவிடவும் வாய்ப்புள்ளது. மா.அரங்கநாதனின் எழுத்துக்களில் இத்தகைய 'மறை சொற்றொடர்கள்' 'சித்தர் வாக்கைப்' போல் வருகின்றன.

'காளியூட்டு' என்ற இரண்டாவது நாவல் பக்க அளவில் குறைவானது எனினும் 'பறளியாற்று மாந்தர்' போலவே இதுவும் பண்பாட்டு முக்கியத்துவம் நிறைந்தது. இதுகுறித்து ப.சகதேவன் எழுதியுள்ள கட்டுரையின் பகுதிகள் நாவலின் கட்டுமானத்தை அறிய உதவும் 'காளியூட்டு' நாவல் மூலம் அரங்கநாதன் மேற்கண்ட அம்சங்களைத் தவிர வேறு பல சமூக, பண்பாட்டு அம்சங்களையும் முன்வைக்கிறார். சுடலைமாடன் என்னும் நாட்டார் மயமாக்கப்பட்ட சிவன் பெயர் சைவ வெள்ளாளப் பண்பாட்டின் ஒரு பகுதியாக இருக்கிறது. முத்துக்கறுப்பன் என்றும் இன்னொரு பெயரும் நாட்டார் வழக்காற்றில் பட்டதுதான் 'காளியூட்டு' நாவலில் இரண்டு முத்துக்கறுப்பன்களை அறிமுகப்படுத்துகிறார். ஒரு முத்துக்கறுப்பன் அதிசுத்தமான சைவ வெள்ளாளத் தம்பதியினருக்கும் இன்னொரு முத்துக்கறுப்பன் வெள்ளாளத் தந்தைக்கும், ஆதிதிராவிடத் தாய்க்கும் பிறந்தவர்கள். இதில் இன்னொரு விஷயம், அந்தத் தாய் பிரசவத்திலேயே இறந்து விடுகிறார். அவரை வளர்க்கும் பொறுப்பு மலையாளியான கோவிந்தன் நாயருக்கு வருகிறது. 'பறளியாற்று மாந்த'ரில் கணிசமான அளவு நகர

வாழ்க்கையைச் சொன்ன அரங்கநாதன் ‘காளியூட்டு’வில் ஒரு சில நகர சம்பவங்களொடு நிறுத்திவிடுகிறார். அதில் ஒன்று சைவ வெள்ளாளர் ஒருவருக்கு ஏற்பட்ட ஆதி திராவிடத் தொடர்பு. இத்தொடர்பு வெறும் - குறிப்போடு மட்டும் நின்று விடுவதில்லை. அந்தப் பையன் முத்துக் கறுப்பன் தனது தகப்பன் சிவதாணுவுக்கு நியாயமாகச் சேரவேண்டிய சொத்துப் பங்கைக் கேட்க வருகிறான். இதை ஒரு உருவகமாகவும் பார்க்க முடிகிறது. ஆதி திராவிடரின் பங்கை யார் யார் இத்தனை காலம் அனுபவித்துக் கொண்டிருந்தார்கள்? இன்னும் அனுபவித்துக் கொண்டிருக்கிறார்கள்? உருவகம் அத்தோடு மட்டும் நின்றுவிடுவதில்லை. ஒரு முத்துக்கறுப்பன் பேச்சியம்மனுக்குச் சுற்றப்பட வேண்டிய அட்டிகையை ஆற்றில் வீசி விடுகிறான். இன்னொரு முத்துக்கறுப்பன் அதை அதே ஆற்றிலிருந்து கண்டெடுக்கிறான். அதன் புனிதம் அவர்களுக்குள் உணர்த்தப்படுகிறது. முத்துக்கறுப்பனின் அப்பா சிவதாணு பிள்ளை மேலூருக்கு அப்பால் சென்றுவிட்டாலும் தனது ஊர் பேச்சியம்மனுக்குச் செலுத்த வேண்டிய காணிக்கை அது. சிவதாணுப் பிள்ளையின் அர்ப்பணிப்பு, நம்பிக்கை என்னும் இவையிரண்டும் தான் ‘காளியூட்டு’ச் சமுதாயத்தின் அடித்தளம்.

“அரங்கநாதன் எழுத்துக்கள் புனைந்து எழுதப்பட்டவையாயினும் அவை களம் சார் நோக்குடையவை. அதாவது அவர் சார்ந்திருக்கும் இனம், சாதி, மொழி, நாடு என்னும் ஐம்பற்றுதல்கள் குறித்த அவருடைய அனுபவங்கள், மதிப்பீடுகள், விமரிசனங்கள். எதிர்ப்பார்ப்புகள் என்பவற்றைப் பதிவு செய்பவை. களம்சார் பார்வையிலும் படிநிலைகள் உண்டு”. (ப.சகதேவன் - ‘வேர் பதிந்த மண்ணும், வேறு பல லோகங்களும்’)

‘காளியூட்டு’ நாவலின் அனைத்து பரிமாணங்களையும் எடுத்துரைக்கும் ப.சகதேவனின் கட்டுரையின் பகுதி இது. ’காளியூட்டு’ நாவலும், ’பறளியாற்று மாந்தர்’ நாவலும் ஒரு கலாச்சாரத்தின் இரு பகுதிகளைப் பேசுகின்றன. காளியூட்டு என்பது ஒரு கிராமத்துத் திருவிழா. அந்த விழாவை ஒரு அடிப்படைப் படிவமாக வைத்து மா.அரங்கநாதன் நாவலாக்கியுள்ளார். இந்நாவலைப் பற்றி பல்வேறு விமர்சனங்கள் முன்வைக்கப்பட்டிருக்கின்றன. அரங்கநாதன் இந்நாவலைப் பற்றிய ஒரு கேள்விக்குப் பதில் அளிக்கும்போது ‘கிராமங்களிலுள்ள ஆட்களுக்காகவே ஏற்படுத்தப்பட்ட ஒரு கோயில். அந்தக் கோயிலில் நடைபெற்று வருகிற திருவிழா. இது நாஞ்சில் நாடு முழுவதும் நடக்கக்கூடிய திருவிழா. திருநெல்வேலியிலும் நடக்கும். காளியூட்டுன்னும் பேரு. காளிக்கு நாம் உணவு கொடுக்கிறோம். மழை பெய்யாத காலத்தில்

பன்னிரண்டு வருஷத்துக்கு ஒரு தடவை விழா நடத்துவாங்க. மூணு நாள் நடைபெறும். ‘ஆதிரை சிவனுக்கு, பூசம் சேயானுக்கு’ பழமொழி சின்ன பிள்ளைகளுக்குக் கூடத் தெரியும். காளியூட்டு சமயத்தில் ஒரே சாதி மக்கள்தான் இங்கே கூடுவாங்க. ரொம்ப தயவுபண்ணி ஆதிதிராவிடர் மக்களை வெளியே உக்காரும்படியா சொல்லுவாங்க. பிராமணர்கள் வரமாட்டார்கள். பகல், ராத்திரின்னு மூணு நாட்கள் இந்த விழா நடக்கும். வைதீகச் சாயல் துளியும் இருக்காது. இந்த விழா முடிந்தவுடனேயே, அநேகமாக மழை பெய்யும். ஒரு தடவை மழை பெய்யுறத நான் பார்த்திருக்கிறேன். அதுக்குக் காரணம் என்னன்னா அப்ப கத்திரி வெய்யில் முடியும். அதுக்கப்புறம் மழை பெய்யத் தானே செய்யும்... அதை நியாயப்படுத்தலை... மழை பெய்யத்தான் செய்யும். மழை பெய்யுற காலத்துல விழாவை ஆரம்பிக்கிறாங்க. அந்தக் கிராமத்தில் உள்ளவர்களிடம் இருக்கிற சாதிவெறியும், வைதீக மனப்பான்மையும் பிராமணர்களைவிட அதிகம். அதைத்தான் சொல்ல வந்தேன்’ (மா.அரங்கநாதன். (‘இன்மை, அனுபூதி, இலக்கியம்’). இந்நாவலுக்கு ஒரு சிறிய பின்னுரை எழுதியுள்ளார் மா.அரங்கநாதன். அதில் அவர் குறிப்பிடும் செய்திகள் மிகவும் சுவாரஸ்யமானவை. தனது ’காளியூட்டு’ நாவலுக்கான வரலாற்றுச் செய்திகளை எந்தப் புத்தகங்களிலிருந்து பெற்றேன் என்பதை விளக்குகிறார். அவை கீழ் வருவன,

1. பேராசிரியர் கே.கே.பிள்ளையின் ‘தென்னிந்திய வரலாறு’
2. பேராசிரியர் சிவனடியின் ‘இந்திய சரித்திரக் களஞ்சியம்’
3. டி.ஜி. தெண்டூல்கரின் ஆங்கில நூல் ‘மகாத்மா’
4. ஜவஹர்லால் நேருவின் ‘டிஸ்கவரி ஆஃப் இந்தியா’

“காளியூட்டு’ நாவலில் விவாதிக்கப்படும் சாதிய முரண்களைப் பற்றி தனது பின்னுரையில் மா.அரங்கநாதன் குறிப்பிடுவது நாவலைப் புரிந்துகொள்ள பெரிதும் உதவும். ‘சாதியம் படைப்புக்களில் வருதல் நல்லதுதானா என்று கேட்பவர்கள் உண்டு. உண்மை, எனது தற்போதைய கதைகளில் மட்டுமல்ல, 1952ஆம் ஆண்டில் எழுதிய முதற்கதையிலும் அதுதான் கோலோச்சியது. இன்று இலக்கியமும் வரலாறும் ஆன்மீகமும் அற்று சீரழிந்து தவிக்கும் உலகின் ஒரு பிரதேச மக்களின் கதிக்கு முதற்காரணம் மட்டுமல்ல, ஒரே காரணம். வைதீகம்தான் என்று நம்புகிறேன். அப்படிப்பட்ட ஒன்றை வெட்டவெளிச்சமாக்காது வேறு ஒரு பெயர் கொடுத்து மாற்று உருவில், அதே வைதீகத்தைக் கொண்டு வரச் செய்யும் முயற்சிகளே இன்றைய படைப்புக்களில் அதிகம்’. (மா.அரங்கநாதன் - ‘காளியூட்டு-ஒரு பின்னுரை).

இக்குறிப்பு மா.அரங்கநாதனின் நாவல்களை வெறும் நாவல் பிரதியாக மட்டுமே வாசிப்பதிலிருந்து நம்மைத் தடுக்கிறது. பிரதிக்குள் பல வரலாற்றுச் சுவடுகள் பதிந்துள்ளன. இழந்தவை, பறிகொடுத்தவை. களவாடப்பட்டவை, பறிக்கப்பட்டவை என மீட்பதற்கான பெரும் பணிக்கான வழிகாட்டுதல்கள் இலக்கிய பிரதிக்குள் இருக்கின்றன.

'காளியூட்டு' பற்றிய பிற விமர்சனங்களுக்குச் செல்லும் முன் மா.அரங்கநாதனின் எழுத்துக்களில் சித்தர்களின் சிந்தனையைப் பார்ப்பது நலம்... 'காளியூட்டு' வில் சித்தர் ஒருவர் உலவுகிறார். சித்தர்கள்மீது அரங்கநாதனுக்கு இருக்கும் அலாதியான ஈர்ப்பு அவருடைய நேர்ப் பேச்சில் பலமுறை வெளிப்பட்டிருக்கிறது. தமிழ் இலக்கியத்திற்கு சித்தர் இலக்கியம் ஒரு பெரும் கொடை என்பது அரங்கநாதனின் நம்பிக்கை. அவர்கள் மீதிருந்த அதீத ஈடுபாட்டினால் தனது 'காளியூட்டு' நாவலின் எழுத்து முறையிலும் அதன் பொருண்மையிலும் சித்தர்களின் அவைதீக கருத்தாக்கங்களைக் கதாபாத்திரங்கள் வழியே வெளிப்படுத்துவார். 'காளியூட்டு'விலும் இதனைக் காணலாம். பக்தி இலக்கியத்திற்குப் பிறகு சித்தர் மரபு என்பது தமிழில் தோன்றிய ஒரு அரிய அறிவுப் பிரிவு எனலாம். தாயுமானவர் துவக்கி வள்ளலார் ஈறாக அது விரிந்து செல்கிறது. குணங்குடி மஸ்தான் சாகிபும், பதிணென் சித்தர்களும் அதன் கண்ணிகள். திருமூலரை மா.அரங்கநாதன் சைவ சித்தாந்தியாகவே அறிந்து கொண்டார். சித்தர்களின் மரபை அரங்கநாதன் எவ்வாறு தனக்குள் அறிந்து வைத்திருந்தார் என்பதைப் பார்க்கலாம்...

'சித்தர்கள் என்பது பதினெட்டுச் சித்தர்கள் என்று நாம் ஒரு ஒப்புக்காக அப்படிச் சொல்கிறோம். அறுபத்து மூன்று நாயன்மார்கள் என்று சுந்தரமூர்த்தி நாயனார் எழுதி வைத்தார். அவருக்கு முன்னால் இருந்தது அறுபத்து மூன்று நாயன்மார் - அதனால் அப்படி எழுதினார். அவர் பின்னால் வந்த தாயுமானவரையும், வள்ளலாரையும் சேர்க்கலாம்தானே. அதுபோல் பதினெட்டுச் சித்தர்கள் என்று எப்பொழுது சொன்னார்களோ, அவர்களுக்கு முன்னால் பதினெட்டு சித்தர் இருந்திருக்கிறார்கள் - பதினெட்டு இருந்திருக்கிறது... வள்ளலாரைவிடவா பெரிய சித்தர்? பூங்குன்றனை விடவா? சங்க காலத்திலும் சித்தர்கள் என்றும் பேர் இல்லாமல் இருந்திருக்கலாம், ஆனால் Angry young Man என்ற பதம் ஆங்கிலத்தில் உண்டல்லவா? எழுத்தாளர்கள்கூட 'கோபக்கார இளைஞர்கள்' என்ற ஒரு சிலர் இருப்பதைப்போல, இந்த நாட்டினுடைய மண்ணினுடைய நிலைமையைப் பொறுத்து சில கவிஞர்கள் மிகுந்த கோபக்காரர்களாக மாறி இருக்கிறார்கள். அது சங்ககாலத்திலும் இருந்திருக்கிறது. வள்ளலார் காலத்திலும் இருந்திருக்கிறது. நம்முடைய

பூங்குன்றன் கதை 'யாயும் ஞாயும் யாராகியரோ' கவிதை இதுபோன்ற பல கவிதைகளை எழுதியவர்கள் சித்தர்களாக இருந்திருக்கிறார்கள். அவர்களுக்குப் பெயர்கள் சித்தர்கள் என்று இல்லாமல் இருக்கலாம் நமக்குத் தெரியாத அகத்தியர் என்ற ஒரு சித்தர் இருந்தார் என்று சொல்றதைவிட, பூங்குன்றன் ஒரு சித்தன் என்று சொல்றதுல எந்தவிதமான தப்பும் இல்லை. பிற்காலத்தில் பக்தி இலக்கியக் கட்டத்திலும் திருமூலரை நாம் சித்தர்களின் தலைவர் என்பதுபோல் வைத்திருக்கிறோம். பிற்காலத்தில் தாயுமானவரை சித்தராகச் சேர்க்கவில்லை. அவர்கள் சித்தர்களாகத்தான் இருந்திருக்கிறார்கள். எல்லாவற்றுக்கும் மேலாக கோபமே படாத வள்ளலார் 'நீ சைவசித்தாந்தத்தைக்கூட விட்டுவிடு, உனக்கு வேண்டியது அன்பு என்ற ஒன்றுதான். சன்மார்க்கம் என்ற ஒன்றுதான் அவர் வேண்டுமென்று சொல்ல வேண்டுமானால், அவர் ஒரு சித்தர் இல்லாமல் இருக்க முடியுமா? 'அன்பெனும் பிடியினுள் அகப்படும் மலையே... வள்ளலார் காலத்தில் வாழ்ந்த பலர் அப்படிச் சொல்லியிருக்கிறார்கள். எல்லாவற்றுக்கும் மேலாக நம்முடைய பட்டினத்தாரே சொல்லி இருக்கிறார் அல்லவா? சிவவாக்கியர் சொல்லி இருக்கிறார் அல்லவா?

'பதினெட்டு சித்தர்கள் என்றபோது பட்டினத்தாரை விட்டு விட்டார்கள். அப்படிப்பட்டவரை நாம் தாராளமாக சித்தராகத்தான் ஏற்றுக் கொள்ள வேண்டும். வள்ளலார் 'வாழையடி வாழையாக வந்துள்ளது' என்று ஏன் சொன்னார்? சங்க காலத்துக்கு முன்னரே இருந்த சித்தாந்தத்தின் அடிப்படையில் அவர் சொல்லி இருக்கிறார்... சைவம், வைணவம் என்ற பேதம் சித்தர்களுக்குக் கிடையாது. கடைசி காலத்தில் வள்ளலார் அதை வற்புறுத்திச் சொல்றதுக்குக் காரணமே அதுதான்...

சித்தர்களுடைய வெளிப்பாடு நமக்குக் கிடைத்த ஒரு பொக்கிஷம். அது இல்லை என்றால் பலவிதமான விதங்களில் தமிழ் இலக்கியம் வளர்ந்திருக்காது' - மா.அரங்கநாதன்

'காளியூட்டு' வில் மருத்துவமலை சித்தர் மற்றும் அவருக்கு முன்னர் சமாதி அடைந்த பெரியவர் என குறிப்புகள் இருக்கின்றன. இந்நாவலில் காணப்படும் சமூக அரசியலைப் பற்றி பிரபஞ்சன் கூறும்போது 'காளியூட்டு அவரது அண்மை நாவல், கதைக்களம், தமிழகத்தின் தென்கோடி, காலம் ஆங்கிலேயர் ஆதிக்கமும் அதைவிட மோசமான சமஸ்தான அதிபர்களின் அட்டூழியமும் அதைவிட கோரமான வைதீக சாதிமுறைச் சமூகச் சீரழிவும் மிக்கோங்கிக் கிடந்த வேளை. நாடு சுதந்திரம் அடைகிறது. ஆதிக்கங்கள் மட்டும் வேறு உருப்பெற்று,

மேலும் இறுகுகின்ற சூழல். அதிகாரங்களைப் பிரயோகித்த மனிதர்கள் மாறுகிறார்கள். அதிகாரங்கள் நீடு வாழ்ந்து தழைக்கின்றன". (பிரபஞ்சன் - 'வாசிப்பு அகம் குறையாத படைப்பு') 'காளியூட்டு' வில் தெரியும் சமூக அரசியல் சொல்லாடலைப் பிரபஞ்சன் மிக சுருக்கமாகவும் கச்சிதமாகவும் தனது கட்டுரையில் வரையறுத்துச் சொல்கிறார்.

***

5. 'முன்றில்' இதழும், இதழ்சார்ந்த செயல்பாடுகளும்

மா.அரங்கநாதன் என்ற படைப்பாளியின் புனைவாற்றல் சிறுகதைகளாகவும், நாவல்களாகவும் வெளிப்பட்டது. தான் தேர்ந்து கொண்ட வகைமைகளைக் குறித்து அவர் நிறையவே சிந்தித்தார். சிறுகதை என்னும் படைப்பு வகைமையைப் பொறுத்தமட்டில், தனது முன்னோடிகளின் பெயர்களைக் குறிப்பிட்டுச் சொல்லி இருக்கிறார். நாவல் வகையிலும் தனக்கான ஆதர்ச நாவலாசிரியர்கள் என்று சிலரைச் சுட்டியிருக்கிறார். சக எழுத்தாளர்களின் படைப்புகளை வாசித்தல் அதைக் குறித்து விவாதித்தல் என்பது ஒவ்வொரு படைப்பாளிக்குமான இயல்பான நடைமுறைதான். தனது கருத்தாக்கங்களை சிறுகதைகளில், நாவல்களின் வழியாக வெளியிடுப்படுத்துவது ஒருமுறையென்றால் கட்டுரை மூலம் வெளிப்படுத்துவது இன்னொரு முறை. தான் கொண்டிருக்கும் இலக்கியப் பார்வையை பிறருடன் பகிர்ந்து கொள்வது தான் கட்டுரை எழுதுவதற்கான உந்துதல். மா.அரங்கநாதன் ஆழமான, பரந்துபட்ட வாசிப்புப் பழக்கம் உள்ளவர். பழந்தமிழ் இலக்கியங்கள் துவங்கி தான் வாழ்ந்திருந்த காலம் வரையிலான படைப்புகளை அவர் வாசித்து வந்தார். வாசித்த அனுபவத்தையும் தான் வாசித்த கவிதைகள், கதைகள் பற்றியெல்லாம் எழுதியும் இருக்கிறார். அதில் அவருக்கென்ற ஒரு தனிக் கோணம் உண்டு. மரபின் தொடர்ச்சியையும் நவீனத்துவத்தின் கூறுகளையும் அவர் இணைத்துப் பார்த்தார்.

ஆரம்பகாலம் தொட்டு சிறுபத்திரிகைகள் மூலமாக இலக்கியத் தொடர்பு வைத்திருந்த அவர் ஒரு கட்டத்தில் இலக்கியத்திற்கென ஒரு சிறுபத்திரிக்கையையும் தொடங்கி நடத்தும் சூழல் ஏற்பட்டது. அப்படித் தொடங்கப்பட்டது தான் 'முன்றில்' இதழ். அப்பத்திரிக்கையைத் துவங்கிய அனுபவத்தைக் குறிப்பிடும்போது

"ஒருநாள் கா.நா.சு.விடம் பேசிக்கொண்டிருந்தபோது 'பத்திரிக்கை ஒன்று ஆரம்பிங்க'ன்னார். அப்போதெல்லாம் நாங்க பத்திரிகை ஆரம்பிப்போம்னு நம்பலை. நான் ஆரம்பிச்சு அவர்கிட்ட கட்டுரை வாங்கப் போனேன். கட்டுரை கொடுத்தார். பிரசுரம் பண்ணினோம் அவருக்குச் சந்தோஷம். 'தொடர்ந்து நடத்துங்க'ன்னு சொன்னார். 'முன்றில்' வந்ததுனால பல சிறுகதைகள் எழுத முடிஞ்சது. ஞானக்கூத்தன் போன்றோருடைய கவிதைகளைப் போட முடிஞ்சது. கா.நா.சு.வோட பல கட்டுரைகளை வெளியிட்டோம். அதன்பின் அவர் 'முன்றில்' சிறப்பாசிரியராகவும் இருந்தார். பின்னர் அசோகமித்திரன் 'முன்றில்' இதழின் சிறப்பாசிரியரானார். 'முன்றில்' இதழை நான் நடத்திக்

கொண்டிருந்தபோதே, சில நல்ல புத்தகங்களையும் வெளியிட்டோம். நஷ்டம் ஏற்படாத வகையில் நடந்திருக்கு. நஷ்டத்தை எதிர்பார்த்தேன். நஷ்டம் வந்திருந்தாலும் தொடர்ந்து நடத்தியிருப்பேன். இதன் மூலம் நல்ல நண்பர்கள் கிடைத்தார்கள். திருச்சி, மதுரை, ராமநாதபுரம் முதலிய இடங்களிலிருந்தெல்லாம் கடிதங்கள் எழுதினார்கள். முதல் மூன்று இதழுடனும் அதன் பிறகு ஒரு நான்கைந்து இதழ்களுடனும் கா.நா.சுவும், அசோகமித்திரனும் தொடர்பு கொண்டிருந்தார்கள். நான் சிலவற்றைத் தேர்ந்தெடுத்து அவர்களுக்கு அனுப்பி அவர்கள் சம்மதம் பெற்றுத்தான் பிரசுரம் செய்தேன். அதன்பின்னர் நானே முழுப்பொறுப்பு ஏற்றவுடன் சில எழுத்தாளர்களிடம் படைப்புகள் கேட்டு வாங்கிப் போட்டிருக்கிறேன். பல படைப்புகளை நானும் அசோகமித்திரனும் படித்துப் பார்த்து, விவாதித்து பிறகு பிரசுரித்திருக்கிறோம். நானே முழுப் பொறுப்பு எடுத்துக்கொண்டவுடன், நான் ஏற்கனவே சுட்டிக்காட்டியபடி வைதீக எதிர்ப்பு கொண்டவை. தமிழ்ப்பண்பாட்டு அம்சங்கள் கொண்டவை என இதுவரை தமிழில் வந்திராத புதிய கோணங்களில் எழுதப்பட்ட தமிழ்ப் படைப்புகளுக்கு முன்னுரிமை கொடுத்து வெளியிட்டேன். என்னுடைய பொறுப்பில் 'முன்றில்' வந்தவுடன் அதன் வெளியீட்டுத் தகுதிகளாக நான் வகுத்துக்கொண்ட சில அம்சங்கள்" (மா.அரங்கநாதன்).

எண்பதுகளில் 'முன்றில்' இதழ் வெளியான காலங்களில் நடத்தப்பட்ட ஒரு கலை இலக்கியக் கருத்தரங்கு தமிழ் நவீனத்துவ எழுத்து விவாதத்தில் மிக முக்கியமான திருப்புமுனையாக அமைந்தது. இக்கருத்தரங்கை மா.அரங்கநாதனின் புதல்வர் அர்.மகாதேவன், ராம்ஜி ஆகிய இருவரும் முன்னின்று நடத்தினார்கள். இலக்கியக் கோட்பாடுகள், விமர்சனக் கோட்பாடுகள் தொடர்பாக அன்றைய சூழலில் நிலவி வந்த பல கருத்துப் போக்குகள் பற்றிய ஆழமான விவாதங்கள் அக்கருத்தரங்கில் நிகழ்த்தப்பட்டன. இலக்கியம், கலை, பண்பாடு என்னும் புலங்களில் 'முன்றில்' என்ற சிற்றிதழின் பங்கு கணிசமானது என்பதை இத்துறைகளில் ஆர்வமும், ஈடுபாடும் கொண்ட யாவரும் ஒத்துக்கொள்வார்கள்..

மா.அரங்கநாதனின் கட்டுரைகளில் ஒரு தனி இடம் பெறுவது கவிதை குறித்து அவர் எழுதிய 'பொருளின் பொருள் கவிதை' என்னும் நூல். இந்நூல் பெரிதும் விதந்து பேசப்பட்டது. அதற்குக் காரணம் இதன் கட்டுக்கோப்பான தர்க்கம் தான். கவிதையின் பண்புகள் குறித்தும் எது கவிதை - எது கவிதை இல்லை என்று தீர்க்கமாக வாதிடுகிறது இந்நூல். இதில் கவிதையியலைப் பற்றி மட்டுமல்லாது பிற அறிவுத் துறைகளைப் பற்றியும், தத்துவத் துறைகளைப் பற்றியும் எழுதியுள்ளார்.

ஓவியம், இசை இப்படிப் பல கோணங்களில் கவிதை ஒப்புமைப்படுத்திப் பேசப்பட்டிருக்கிறது. கீழ்க்கண்ட பொருள்களில் நூல் அமைந்திருந்தது

1. கவிஞனும் கவிதையும்
2. படைப்பு
3. மொழியும் கவிதையும்
4. ஒத்திசைவு
5. நடை
6. கவிதையம்சமும் மரபும்
7. பொருளின் பொருள்
8. வெளிப்பாடு
9. எது அல்ல கவிதை
10. இதுவுமது.

ஒவ்வொரு தலைப்பின் கீழும் அவர் கவிதையின் சொல்லாடல் களை அதன் உள்ளார்ந்த கூறுகளை விரிவாக எடுத்து விவாதிக்கிறார். அரங்கநாதனுக்குக் கவிதைகள் மீதிருந்த அதீத நாட்டத்தின் வெளிப்பாடு இது. தனது கவிதை குறித்த மனநிலையே இப்புத்தகம் என்று அதைக் குறிப்பிட்டார். 'பொருளின் பொருள்' என்ற சொற்றொடர் எதைக் குறிக்கிறது, அச்சொற்றொடரைப் பயன்படுத்த காரணமென்ன? என்று கேட்டபோது, 'கவிதையில் ஒரு பொருள் இருக்குது. 'பால்போல் நிலவு' ஒரு கவிஞன் பாடுகிறான். 'பால்' என்பது ஓர் உவமை - அதைக் கட்டாயம் சொல்லியாகணும். நிலவு பத்தி, இவன் ஏன் சொல்றான். இவனுக்கு நிலவு பற்றி என்ன தெரியும்? இவன் என்ன ஐன்ஸ்டினா? விஞ்ஞானியா? இவனுக்கு நிலவுபத்தி ஓர் எழவும் தெரியாது. இல்ல... நிலவு பற்றி கவிஞனிடம் ஏன் கேக்கணும்? பத்தாம் வகுப்பு பையன்கிட்ட கேட்டா, சயன்ஸ் புக்கைத் தருகிறான். நூலகத்துக்குப் போனா எவ்வளவோ புக்ஸ் இருக்கு. நிலவைப் பற்றி இவங்கிட்டப் போய் எதுக்குக் கேக்கணும்? அவன் ஏன் எழுதினான் என்று ஒரு கேள்வி வருது. அந்தக் கேள்வி வரும்பொழுது அவன் எழுதறதுக்கு இன்னொரு பொருள் இருக்குது என்று சொல்லக்கூடிய சமயத்துல பொருளின் பொருள் என்று நான் போட்டேன். பொருளின் பொருள் - அவன்

(கவிஞன்) சொல்லக்கூடிய பொருள் ஒன்று. அவன் சொல்ல வந்த பொருள் வேறு. அதுதான் கவிதைன்னு எனக்கு மனசுல தோன்றியது' 'சிறுகதையே இன்னொரு விதத்தில் கவிதையோட விளக்கம்தான்' என்று அரங்கநாதன் ஒரு முறை குறிப்பிட்டார்.

'பொருளின் பொருள் கவிதை' என்ற நூலின் சில முக்கிய அம்சங்களைக் கீழே பார்க்கலாம்.

1. கவிஞனும் கவிதையும்

* கவிதை என்றால் என்னவென்ற கேள்விக்கு மிகவும் சுலபமாக கவிதை அம்சம் உடையது கவிதை; என்று சொல்லிவிடத் தோன்றுகிறது.

* இந்தக் 'கவிதை அம்சம்' ஒன்றுதான் கவிதையின் இலக்கணம். இளங்கோவும் கம்பனும் எந்த முறையைக் கையாண்டு படைப்பிலக்கியம் வகுத்திருந்தாலும் நமக்குக் கவலையில்லை. அவர்கள் கவிதைகளைத் தந்திருக்கின்றனர். அவற்றில் 'கவிதை அம்சம்' உண்டு. அதை மீறி விட்டிருந்தால் அவர்களும் அவர்களை மிஞ்சியவர்களும் கவிஞர்கள் ஆகியிருக்கமாட்டார்கள்.

* வால்ட் விட்மென் எத்தகைய பாக்கியசாலி! 'நான் மிருகங்களுடன் காட்டில் வாழ விரும்புகிறேன். கடமை பற்றி எனக்கு எடுத்துச் சொல்லி என் வாழ்வை அழிப்பவர்கள் அங்கே யாரும் இல்லை' என்கிறான்.

* உருவத்தை மட்டும் பெற்றுநிற்பது கவிதையாகிவிடாது என்று எப்போது தெரிந்து கொள்கிறோமோ அப்போதே எல்லா வகைக் கவிதைகளும் ஏற்றுக் கொள்ளப்பட்டுவிடுகின்றன.

* மார்ஜின் பகுதியிலிருந்து ஆரம்பித்து பேப்பரின் கடைசிவரை செல்வதும் - வசனம் அல்லாதது கவிதை என்று கூறுவதும், யாப்பு இருந்தால் அது கவிதை, இல்லையென்றால் வசனம் என்று கூறுவதும் ஒன்றுதான்.

2. பார்வை

* கவிதையை விளக்க முயலும்போது எடுத்துக்கொள்ளும் எல்லாவகை முறைகளும் "பார்வை" சம்பந்தப்பட்டவையாகவே இருக்கும்.

* உணர்வை அறிந்துகொள்வதை 'பார்வை' எனக் கூறிவிடுதல் முடியாது. பார்வை பெற முயல்வதிலும் பொருளில்லை.
* கவிஞனின் பார்வை. அப்படிப்பட்ட பார்வையைப் பெற யாரும் கவிஞனுக்கு உதவி செய்திட முடியாது.
* எந்தவிதச் சிந்தனைக் கட்டுப்பாடுகளுமில்லாது பார்க்கும்போது தான். அவன் அழகை உணர்கிறான். அவன் அனுபவத்தின் காலம் ஒரு விநாடிக்கும் குறைவாகக் கூட இருக்கலாம். அந்த நேரத்தில் அமைதியை அனுபவித்துவிடுகிறான் - தன் வாழ்வை வாழ்ந்துவிடுகிறான்.
* எண்ணங்கள் அவனை ஆக்கிரமிக்கும் வரை அவன் அந்த அழகுநிலையிலேயே இருக்கிறான்.

படைப்பு

* எண்ணங்கள் எதுவும் இல்லாது கண்ட காட்சியில் அவன் ஈர்க்கப்பட்டிருக்கையில் அங்கே - அந்த நிலையில் - எதுவும் இல்லை. அந்த நிலையினைக் கவிஞனே விளக்கமுடியாதபோது, நாம் அதை அறிந்து கொள்ள விழிகள் இருக்க முடியாது. கவிஞனின் மற்ற நிலைகளிலிருந்து இது மிகமிக வேறுபட்டது என்பதை அறிந்துகொள்ள வேண்டும். இதனால் வந்த விளைவு தான் கவிதை.
* பறவைகளின் அசைவில் - உயிர்த் துடிப்பில் தன்னை அடையாளங்கண்ட கவிஞனிடமிருந்து நீங்கள் பறவையினத்துச் சங்கதிகளையா எதிர்பார்த்தீர்கள்?
* இந்தப் பிரபஞ்சத்திலே, கவிஞனாகிய மனிதன் தன்னை ஒரு காட்சிப் பொருளாக வைக்க முன்வரவில்லை. அது அவனுடைய நோக்கமும் அல்ல. அதற்குமாறாக, இந்த உலகம் பூராவையும் தனதாக்கிக் கொள்ள விரும்புகிறவன் அவன். ஆனால், அவன் ஒரு காட்சிப் பொருளாக மாறுவது தவிர்க்க முடியாதவொன்று போலும்.
* இலக்கியப் படைப்புகளில் கவிஞனின் படைப்பிற்கு என்ன தனித்துவம் என்பது ரசமான கேள்வி.
* கவிதை நிரம்பிய முடிவாக இருக்கிறது. மற்ற படைப்புகள் மனிதர்களையும் அடையாளங்களையும் விளக்க ஆரம்பிக்கும்.

மொழியும் கவிதையும்

* நாம் பேசுகையில் குறியீடுகளை இட்டு நமது கருத்தைத் தெரிவிக்க முயல்கிறோம். ஆனால் மொழியே ஒரு குறியீடுதான். நம்முடைய காலத்தில் இருந்தது நம்முடைய காலத்திலேயே மாற்றமுள்ள குறியீடுகளைக் கொண்டதாக உருக்கொண்டுவிடும்.
* கவிஞன் உணர்ந்ததற்கும் படைப்பாளி தெரிந்தவற்றிற்கும் பொதுவாக இருப்பது மொழி.
* 'மொழியியல்' என்று தற்சமயம் ஒரு கல்வி நிலையை ஆதரித்துக் கொண்டு வருகிறோமே - அதை அளவுகோலாகக் கொண்டு ஒரு கவிஞனை எடை போட வேண்டாம்.
* தொல்காப்பியர் அவர் காலம் வரைக்கும் வழக்கத்திலிருந்த தமிழுக்கு இலக்கணம் வகுத்தார். தமிழை யாரும் படைக்கவில்லை.
* ஒரு சொல்லின் பொருளும் இன்னொரு சொல் என்று கூறிவிடுவதால் இரண்டையும் புரிந்துகொள்ளாமலிருந்து விடுகிறோம்.

ஒத்திசைவு

* கவிதைக்கும் உரையாடலுக்கும் உள்ள வேறுபாட்டை 'ரிதம்' என்று திரைபோட்டு மறைப்போர் அதிகம்.
* உரையாடலிலும் ரிதம் இருக்கலாம். ஆனால் கவிதைக்கு இது இன்றியமையாதது.
* ரிதம்' உடைய கவிஞனின் பார்வைதான். 'கவிதை' என்று கவிதை அம்சத்தை விளக்குபவர்கள் உண்டு.
* இசை மட்டுமல்ல - எல்லாக் கலைகளுமே மனிதன் பெற்ற கிளர்ச்சியால் ஏற்பட்டவைதாம்.
* கவிதையம்சம் அற்ற தாளக் கட்டுப்பாட்டுடன் கூடிய சொற்றொடர்கள் உரைநடையே.

நடை

* கவிஞனின் பாதிப்பில் கவிதை இலக்கியமாகிறது என்பதைக் கண்டு கொண்டோம்.

* மலரின் தோற்றத்தில் ஆண்டவனைக் கண்ட தாயுமானவர் 'பண்ணேன் உனக்கொரு பூசை' என்று சொல்லிவிடுகிறார். அவர் உணர்விற்குமுன் மலர் தோன்றியிராவிட்டால் அச்சமயம் எதைப் பார்க்கிறாரோ அதன்மீது உணர்வை ஏற்றிக் கூறியிருப்பார். குறியீடுகளையும் படிமங்களையும் படைப்பதில் சிலபல அசௌகர்யங்கள் தோன்றலாம். தன்னோடு எந்தவித தகராறையும் வைத்துக்கொள்ளாத காரணத்தால் மலையும் கடலும் மலரும் கவிஞனின் செல்லக் குழந்தைகளாக ஆகிவிடுதல் வியப்பில்லாத சங்கதி.

* நடை இயற்கையாக இருக்க வேண்டும் என்பது சாதாரணமாக நாம் சொல்லி சொல்லி அலுத்து வரும் செய்தி.

* கவிஞனின் குறிப்பிட்ட நடையை அந்தக் கவிஞன் மட்டுமே வெளிக்காட்ட முடியும்.

* படைப்பாளி கையாளும் முறை - நடை - இவை யாவும் உணர்வுகளை வெளியிடத்தான் எடுத்துக்கொண்ட பொருளோடு மிகவும் தொடர்புடையதாக இருக்கும். அது அவசியம். ஆனால் அவன் பெற்ற உணர்வுக்கும் அவன் கையாளும் பொருளுக்கும் சம்பந்தம் உண்டென்று கருதவேண்டாம். பொருளை 'உள்ளது உள்ளவாறே' சொல்ல வந்தவனல்ல கவிஞன். அந்த வேலைக்கு மற்றவர்கள் இருக்கிறார்கள்.

கவிதையம்சமும் மரபும்

* அண்மைக் காலத்தில் புதுக்கவிதை பற்றிப் பல கருத்துக்களும் வந்து குவிந்துள்ளன. சீறுவோரும் அனுதாபத்துடன் நோக்குவோரும் உள்ளனர்.

* மரபுகாத்து மரபுமீறல் என்றால் என்னதான் பொருள்? உண்மையில் 'வாசாலகம்' மிக்க வெற்று வார்த்தைகள் அவை.

* கவிதையின் மரபு கவிதை அம்சம்தான். அதை மீறிவிட்டால் கம்பனும் கவிஞன் ஆகிவிடமாட்டான். கவிதை அம்சத்தை மீறி என்ன மரபைக் காணமுடியும்.

* கவிஞனாக அவன் இருக்கும்போது தன்னைப் பற்றிய உணர்வு இல்லை. ஏனெனில் மரபு என்பது முற்றுப்பெற்றதல்ல.

பொருளின் பொருள்

* பொருளின் பொருளை உள்ளது உள்ளபடியே அறிய படைப்பிற்கு எது காரணமாக இருந்ததோ அதுவே படைப்பாளிக்கும் கேட்பவனுக்கும் பொதுவாக இருக்க வேண்டும்.

* சொற்களை உருவத்தில் வைத்துப் பார்க்கும் நாம் 'மொழியே' ஓர் உருவம் தான்' என்பதை நினைவுகூர வேண்டும்.

* ஒவ்வொன்றிற்கும் - ஒவ்வொரு சொல்லிற்கும் ஒவ்வொரு எண்ணத்திற்கும் மனிதன் வடிவம் கொடுக்க முற்பட்டது. அவனது மனநிலை சம்பந்தப்பட்ட விஷயம்.

* உண்மையான பொருள் நம்மிடமிருக்கிறது. சொற்களில் உள்ள பொருளைத் தெரிந்துகொள்ள நாம் நாமாக இருப்பதைத் தவிர வேறு வழியில்லை.

* பொருளின் பொருளை, அர்த்தத்தின் அர்த்தத்தை உணர்ந்து கொள்வதின் தலையாய நிலை சாதாரண நிலையிலிருந்து கவிஞனின் நிலைவரை ஒரே மாதிரிதான் இருக்கும்.

மேலே தரப்பட்டுள்ள பகுதிகள் மா.அரங்கநாதனது கவிதையியல் பற்றியும் கவிதையை எவ்வாறு பொருண்மைப்படுத்திக்கொள்வது என்பது பற்றியுமான அரங்கநாதனின் கருத்துக்கள். இக்கருத்துக்கள் 'பொருளின் பொருள் கவிதை' என்ற தனி நூலிலும், பிற தனிக்கட்டுரைகளிலும் சொல்லப்பட்டுள்ளன. சில விமர்சனக் கட்டுரைகளிலும், மதிப்புரைகளிலும் கூட அவை சொல்லப்பட்டிருக்கும். அவை விமர்சனக் கட்டுரைகள் என்பதைத் தாண்டி மொழி பற்றியதாகவும் இருப்பவை. 'பொருளின் பொருள் கவிதை' பற்றிய எதிர்வினைகள் கவனிக்கத்தக்கவை. ஷங்கர் ராமசுப்பிரமணியன் இதைப்பற்றிக் கூறும்போது 'எல்லா அறிவுகளையும் கவிதை வழியாகவே சிந்தித்த ஒரு மொழியின் உயிர்த்தாதுகள் மின்னும் இந்நூலைப் பள்ளி இறுதி வகுப்புக்களிலும் கல்லூரிகளிலும் பாடநூலாகவே தமிழ்க் குழந்தைகள் வாசிக்க வேண்டும். நீதி, உண்மை, அறிதலின் மகிழ்ச்சி என்ற ஒளிமயமான உலகங்களுடனான உறவை நமது பிள்ளைகள் சிறுவயதிலேயே பெறுவதற்கான சத்துக் கொண்ட படைப்பு இது. எழுதிய காலத்தில் மிகக் குறைந்த வாசகர்களையே கொண்டிருந்த, சக படைப்பாளர்கள் சிலராலேயே அங்கீகரிக்கப்பட்டிருந்த மா.அரங்கநாதன் போன்ற படைப்பாளிகளின் எழுத்துக்கள் மூலிகை மணத்துடன் எழுந்து தமது குணத்தைக் காட்டும் காலம் இது. தமிழ்க்

குணம் என்னவென்று நாம் அறிய வேண்டியிருக்கும் சமயத்தில்தான், பொருத்தப்பாட்டுடன் மா.அரங்கநாதன், இன்றைக்கு அத்தியாவசியமான படைப்பாளராகத் தோன்றிவிடுகிறார்' என்று குறிப்பிடுகிறார்.

'கவிதைக்குக் குரல் கொடுத்தவர்' என்ற கட்டுரையில் லதா ராமகிருஷ்ணன் மா.அரங்கநாதனின் கவிதை குறித்த அக்கறைகளை விரிவாக விவாதித்துள்ளார். 'பொருளின் பொருள் கவிதை' கவிதை தொடர்பான பல பரிமாண அலசல்களை முன்வைக்கும் குறிப்பிடத்தக்க படைப்பு. நவீன தமிழ்க்கவிதை வெளியில் இயங்கிக் கொண்டிருப்போரின் கவித்துவம் குறித்து தனிக்கட்டுரைகளாகவும் அக்கறையோடு கணிசமான எண்ணிக்கையில் எழுதியுள்ளார் அரங்கநாதன். ஒரு நவீனக் கவிதையை எடுத்துக் கொண்டு தமிழ்க்கவிதை, நவீன தமிழ்க்கவிதைப் போக்குகளையும், கவிதையைப் பொருள் கொள்ளும் வழியையும் குறித்து அவர் எழுதியுள்ள கட்டுரைகள், சுவாரசியமானவை, சிந்திக்கத் தூண்டுபவை' என்று சுட்டுகிறார்.

மா.அரங்கநாதனின் சிறுகதைகள் நாவல்கள் இரண்டிற்கும் அடியோட்டமாகவும், வேர்ப்பிடிப்பாகவும் இருந்தது தமிழின் கவித்துவ அம்சம் தான். சங்கப் பாடல்கள் முதல் பாரதிதாசன் வரையிலான நெடிய தமிழ்க்கவிதை மரபை தனதாக்கிக் கொண்டு அதன்வழியே தனது படைப்பாக்கத்துக்கான சொல்லாடல்களை வடிவமைத்துக் கொண்டார். தமிழ் நவீனத்துவ எழுத்திற்குக் கொடையாக அமைந்தவை அவரின் சிறுகதைகள். தமிழ்த்துவமிக்க நவீனத்துவம் கொண்டது. இருப்பினும் பிறமொழி இலக்கியங்களுடனும் அதன் செழுமையான மரபுடனும் தொடர்ந்து உரையாடலை நிகழ்த்திக் கொண்டிருந்தவர். அதன்வழி கிடைத்த அரிய புரிதல்களைத் தனது படைப்பாக்கப் பிரதிகளில் வெளிப்படுத்தினார். தமிழ்ப் படைப்புலகிற்கு ஒரு பல்இழைகளால் வேயப்பட்ட பிரதியாக்கங்களை வழங்கியது அவரது மறுக்க இயலாத பங்களிப்பு

***

6. மா.அரங்கநாதனின் படைப்பாக்கம்: ஒரு சோற்றுப்பதம்

மா.அரங்கநாதன் படைப்புகளின் உட்பொருள் எந்த அளவுக்குத் தனித்தன்மை வாய்ந்ததுவோ அதே அளவுக்கு அவற்றின் மொழி நடையும் தனித்தன்மை வாய்ந்தது. இவை இரண்டின் பொருத்தப்பாட்டுக்கு இணையாக தமிழில் வேறு ஒரு எழுத்தைச் சுட்டுவது கடினம். அவரது படைப்புகளிலிருந்து தேர்ந்தெடுக்கப்பட்ட கீழ்க்காணும் பகுதிகள் நமது கருத்துக்கு அணி சேர்க்கும்.

****

'அவனுக்கு எதுவும் புரியவேண்டிய அவசியமில்லையென்பது போல நடந்தான். பகிர்ந்துகொள்ள யாரும் இல்லையென்னும்போது- அது அப்பட்டமாகத் தெரியும்போது- வியப்பு எங்கேயிருந்து வந்துவிடும்? ஓட முடியவில்லையென்பதால் நடந்தான். மனிதர்களேயில்லாத வீடுகள்- சீவராசிகளேயில்லாத ஊர்- கோவிலும் குளமென்று சொல்லத்தக்க பள்ளமும் அவனுக்கு வழிகாட்டின. கோவில் பக்கம் சில விளக்குகள் எரிந்தன... சில கம்பிகள் தொங்கின..'

மைலாப்பூர் (மா.அரங்கநாதன் படைப்புகள், பக்.54: 2016)

முத்துக்கறுப்பன் சிறிது நேரம் பேசாமலிருந்தார். பிறகு சொன்னார். "நானும் அது போலத்தான்னு நினைக்கிறேன்... ஊரையும் கொஞ்சம் சுருக்கி தெரு மட்டும் போதும் என்றாகி விட்டது... அப்போ ஒரே ஒரு வீட்டை மாத்திரம் பாக்கவே நமக்கு நாள் போதாதுன்னு தெரியுது... உங்க மனைவி கேட்டது சரிதான். திண்டிவனத்தை நினைத்துக்கொண்டு திருக்குறள் படித்தால் சரியாகத்தான் இருக்கும். எந்த உரையை வைத்துக்கொண்டு எதைப் படித்துத் தேறப்போறோமோ தெரியலே... இப்போதிருக்கிற இடம் தான் நாம் போய்ச்சேரவேண்டிய இடம்னு எனக்குத் தோணுது... என்ன சொல்றீக...?"

வீடுபேறு (பக்.136: 2016)

'சாவிலே இயற்கை-செயற்கை என்றெல்லாம் இருக்கிறதாவென்று ஒரு தடவை கேட்டான் முத்துக்கறுப்பன். சில கேள்விகள் கேட்டும், கேட்கப்பட்டுமே அர்த்தமுள்ளதாகி விடுகின்றன... ஏதோ சில உப்புச் சத்துக்கள் ஏதோ ஒரு வெப்ப நிலையில் ஏதோ ஓர் உருக்கொண்டு நின்று விட்டு பழையபடி உப்புக்களாகக் கரைந்து விடுகிற ஒரு கால வெளி...

நினைவும் அப்படித்தானோ- அப்படியானால், இந்த நினைவுக்குத் தர வேண்டிய மதிப்புத்தான் என்ன- அது தெரியாமலிருக்கிற வரைக்குமுள்ள மதிப்பு...’

சிவகாமி சரிதம் *(பக்.224: 2016)*

‘இந்த மூவரில் முத்துக்கறுப்பன் வந்திருக்க வேண்டிய அவசியம் மற்றவர்களுக்குத் தெரியாது... அவன் மற்ற இருவரையும் போல சிவபூசை செய்பவனல்லன். சொல்லப்போனால் கடவுளை நிந்திக்கவும் மாட்டான். நிந்திக்க வேண்டுமானால் ஒன்று இருந்தாக வேண்டுமல்லவா? ஆனால், இந்தக் கோவிலுக்குப் போகப்போவதாகச் சொன்னதும், தானும் வருவதாகச் சொன்னான்... ஒரு வகையில் இந்த முத்துக்கறுப்பன் கோவில்கள் பற்றிய வரலாறுகள் அனைத்தும் அறிந்த பண்டிதன்... ஆவுடையார் கோவிலுக்குப்போக மற்ற இருவருக்கும் எண்ணம் வந்ததே இவன் சொன்ன சில விவரங்களால் தான்... ஆனால், உடன் வர மறுத்தான்..இப்போது இந்தக் கோவிலுக்குப் போவதாகச் சொன்னதும், தானும் வருகிறேன் என்று புறப்பட்டு விட்டான்... அதிசயம் தான்...

***

’அப்போ, இந்த நாடி சாத்திரம் எல்லாம் வெறும் பம்மாத்து தானா’ என்று நேரடிக் கேள்விக்கு வந்தார் நடராசன்.

‘சார்... நாம் உண்மையா நம்பற சில விஷயங்க கூட வெறும் பம்மாத்துதான்... நம்பணுங்கற ஆசை - சில சமயம் வெறி - உள் நோக்கம் -- ஒரு ஐயாயிரம் வருசமா இருந்துக்கிட்டிருக்கிற எண்ணம்... அது நம்ம ரத்தத்திலே இருக்கு... நம்பறதுக்குக் காரணம் இருந்தா, அதை பம்மாத்துன்னோ மோசடின்னோ எப்படிச் சொல்ல முடியும்?’

‘சாப்பாடு போட்டவனை-நம்மைக்காப்பாத்தின ஒரு பலசாலியை- நல்லதுன்னு நாம நினைக்கிற குணத்தைக் கொண்ட ஆளை- இப்படி எல்லாரையும் கும்பிட்டாச்சு.. பெருஞ்சோறு போட்டவன், வீடு கட்டித்தந்தவன் எல்லாம் கூட இந்த ரகம் தாம்... ‘அந்தக் கடவுளைக் கும்பிடாதே... என்னைக் கும்பிடு’ அப்படின்னு ஒரு கடவுள் சொல்லும்... கடவுளுக்கிருக்கிற கவலை அப்படி... இப்படி ஒவ்வொரு சங்கிலியா வந்துக்கிட்டிருக்கு... முதல் சங்கிலித்துண்டு- கடைசிச் சங்கிலித்துண்டுன்னு கெடையாது... ஆனா, எந்த சங்கிலித் துண்டும் எங்கேயும் போயிடலே... எல்லாம் புள்ளிகளா இங்கே தானிருக்கு... நாமும் புள்ளிங்க தான்... சார் இங்கேயிருந்து செவ்வாய் கிரகத்தைப் பார்க்கிறோமில்லையா...

அங்கேயிருந்தும் பார்க்கலாம்... ரெண்டு புள்ளிங்க ஏதோ ஒரு சந்தர்ப்பத்துல ரகசியம் பரிமாறிக் கொள்ளலாம். அந்த விசேடம் கொஞ்ச காலத்துக்கு... அந்தக் காலமே அஞ்சாயிரம் வருசம் ஆகிப்போச்சு... எல்லா விசேடமும் நம்பிக்கையைத் தான் கொண்டு வரும். எனக்கு உங்க மாதிரி நம்பிக்கையில்லே... கோவில் எதிலேயும்... அதுக்காக நான் இங்க வரல்லே..'

முதற் தீ எரிந்த காடு (*பக்.231-235: 2016*)

'மரம் தனியாகத்தான் நின்றது... பக்கத்தில் துணைக்குச் செடிகள் கூட இல்லை.. இந்த மரம் தனியாகவும் நிற்கும் போலும்... தென்னையோ, வாழையோ போலல்ல... அந்த ஊரில் சனங்கள் நடப்பது குறைந்துவிட்டது... இப்போது புதிதாக ரயில் வண்டி வேறு வந்தாகி விட்டது... பெருத்து விட்டார்களே தவிர நடக்க மாட்டேன் என்கிறார்கள்... பிள்ளைகளை முதுகலைப் படிப்பு படிக்க வைத்தனர். அவர்களும் நடப்பதை மறந்தனர்... வயற்காடுகளில் நடவு நாட்களைத் தவிர மற்ற நாட்களில் பச்சையைப் பார்க்கும் காலம் போய்க்கொண்டிருக்கிறது..

***

'யப்பா, நீ பனையைத் திருக்கார்த்திகைக்குக் குடுக்கப்போறியா..?

'ஏம்லே, சும்மா அதையே பேசிக்கிட்டிருக்கே- சலம்பாமக் கிட...'

'நான் சொல்லிட்டேன்... குடுக்கப்படாது...'

'குடுத்தா...'

'பனை போனா நானும் போயிடுவேன்..'

பனை (*பக்.277-280: 2016*)

'எனது பெயர் ஹாப்மன்... இங்கே கலிபோர்னிய மாநிலத்து ஒஹாய் பள்ளத்தாக்குப் பகுதியைச் சார்ந்தவன்... வார்னர் பிரதர்ஸ் படத்தயாரிப்பு நிறுவனத்தில் பணியாற்றிக் கொண்டிருக்கிறேன்...

...அவர் பெயர் சிவசங்கரன் முத்துக்கறுப்பன்... செண்பகராமன் புதூரின் இயற்கை அமைப்புப்பற்றியும், குணாதிசயங்கள் பற்றியும் நிறையவே கூறியிருக்கிறார்... மலையும் வயலும் சார்ந்த உங்கள் பிரதேசத்தில் விவசாய அறிவுத்திறன் கொண்டோர் மிக அதிகம் என்றாலும், எழுதப்படிக்கத் தெரிந்தவராக, தங்களைப் போல இரண்டொருவர் தாம் உண்டு என்றும் கூறியுள்ளார்... அப்படிப்பட்ட

ஊரில் இருந்து வந்த திரு.முத்துக்கறுப்பன் தான் எனக்கு பிரஞ்சு மொழி கற்பித்தார். என் பிள்ளைகளுக்கும் அவர் தாம் ஆசிரியர்... அவ்வாறு பலருக்கும் அவர் ஆசிரியராக ஆன போது எனது வீட்டின் அறை யொன்றை ஏற்பாடு செய்து கொடுத்தேன்... உங்கள் நாட்டைச் சேர்ந்த ஸென் துறவியைப் பற்றிக் குறிப்பிட்டேன் அல்லவா... அவரது பிரசங்கங்களிடையே சந்தித்தபோது, முத்துக்கறுப்பன் அந்தத் துறவியிடம் கேட்ட கேள்விகளையும், பதில்களையும் உள்ளடக்கிக்கொண்ட எதிர்க் கேள்விகளையும் குறித்து நெடுநாள் பேசிக்கொண்டிருந்திருக்கிறேன்...'

ஜேம்ஸ்டீனும் செண்பகராமன் புதூர்க்காரரும் (பக்.374-376: 2016)

'முத்துக்கறுப்பனிடம் இந்தக் குறிப்பிட்ட விஷயம் குறித்துப் பேசவில்லையே தவிர, பொதுவாக மாமிச உணவு, அதை உண்பவர் பற்றி சாதாரணமாகவும், கோபத்துடனும் வாக்குவாதம் நடத்தியிருக்கிறார்... ஒருவேளை முத்துக்கறுப்பன் அதையெல்லாம் மறந்திருக்கக்கூடும்... ஒரு தடவை ஏதோ பேராசிரியர் போல விளக்கம் கூறினான். இந்தவுலகில் விவசாயத்தை மனிதன் தெரிந்துகொண்ட பிறகு தான் மாமிசத்தைக் கைவிட முடிந்ததே தவிர, அதன் முன்னர், அதாவது எட்டாயிரம் ஆண்டுகளுக்கு முன் எல்லோரும் ஊன் உணவு தான் உட்கொண்டனர் என்ற அவனது கூற்று எரிச்சலை உண்டு பண்ணிற்று... தம் குலத்து மூதாதையரையும், பெரியோரையும் மதிக்காதவனிடம் என்ன பேச்சு வேண்டிக்கிடக்கிறது என்றும் அதற்கு முடிவு கட்டி பேசாமலிருந்து விடுவார்...'

விடுதலைப்போரில் அப்பரின் பங்கு (பக்.421-422: 2016)

'ஆரலின் கிழக்கே பறளியாற்றின் ஆதிக்கம் கிடையாது... அதனால் தான் அது வேறு நாடு போலத் தோற்றமளித்தது போலும்... மடத்துத்தம்பிரான் - வைகாசி விசாகம் போன்ற பல நாட்களில்- பேச்சோடு ருசிகரமாகச் சொல்லுவார். இதை விட்டுக் கிழக்கே சென்றால் பாலை நிலம் போலுள்ளது என்பார். ஆரலின் கிழக்கே நெல்லை ஆரம்பமா கிறது... இத்தனைக்கும் நெல்லைச்சீமையில் விக்கிரமசிங்கபுரத்து மெய்கண்டதேவனின் பாதமலர் வழுத்திப் பேசும் ஒரு பிறவி தான் அவர்... சற்றேறக்குறைய அவர் பேச்சு பின்வருமாறு அமையும்.'

***

"சைவமும் தமிழும் எது வரைக்கும் சென்றிருந்தன எனச் சொல்வது அரிது. இந்த ஆரல் மண் போல் சேர ஆட்சிக்கு

உட்பட்டிருந்தது தான் தமிழ் முனிவனின் பொதிகை மலை வரையுள்ள பகுதி. களக்காடும், சேரன்மாதேவியும், ராதாபுரமும் இதோடு இணைந்தவையே.. முன்பு தென்பாண்டியனும் இவை எல்லாவற்றையும் ஆண்டான்... இன்று பறளியாற்றை அண்டிக்கிடக்கும் அத்தனை பேரும் ஏதோ ஒரு சமயம் ஏதோ ஒரு காரணங்காட்டி இந்த மகத்தான பூமிக்கு எங்கிருந்தோ வந்துவிட்டவர்கள் என்று சொல்லி விடலாம்... அதற்கும் முன்னர் ஆரல் மண்ணிலிருந்து தான் மக்கள் எங்கும் சென்றனர் என்று சொல்லி விடுவதால் வரலாற்றின் குடி முழுகிவிடாது..."

***

...அவரும், அவரது பண்ணையாரும் ஒரே சமயத்தில் இந்த ஆரல் மண்ணிற்கு வந்து சேர்ந்திருக்க வேண்டும்.. வந்தாக வேண்டிய கட்டாயம் நேர்ந்திருக்கிறது... ஒரே நாளில் மூட்டைகளைக் கட்டிக் கொண்டு... நகைகளைப் பத்திரப்படுத்தி-நடந்தோ ஓடியோ வந்திருக்க வேண்டும்... வெகுகாலமாக நடந்து வந்த சங்கதிதான் நடந்து கொண்டிருந்தது... '

***

'...மண்ணும் நீரும் இந்த ஐம்பது வயதில் சிவசங்கரனுக்குக் கற்றுத்தந்தவை ஏராளம்..மௌனம் என்ற மொழி மூலம். தெரிந்து வைத்திருத்தல் என்ற ஒரு காரியத்தை மேற்கொண்ட ஒரு காரணத்திற்காக மண்ணையும் நீரையும் அலைக்கழிக்கிற சாதனமாக்கிக்கொண்டு விட்டார்கள்... நிலத்தையும், நீரையும் ஒருவரிடமிருந்து பிரித்த போது , இதையெல்லாம் எதிர்பார்த்திருக்க வேண்டுமென சிவசங்கரனுக்குத் தோன்றியது...'

***

'...நாகரம்மன் கோவில் முன்னேற்றம் பற்றி நிறையக் கேட்டார்... முன்னேறித்தானிருக்கிறது... கோட்டாற்றுக் கம்பளத்தில் நெரிசல் தாளவில்லை... முதன்முதல் அந்த 'சிமெண்ட்' சாலையில் நடந்து படத்திற்குச் சென்றது முத்துக்கறுப்பனுக்கு ஞாபகம் இருக்கிறது. ஊரின் முதிய பெண்களோடு. அவர்களுக்குத் துணையாகப் போனபோது வயது பத்து... பிரகலாதனுக்கு இரக்கம் காட்டி சாமி தூணிலிருந்து வெளிப் பட்டால் சினிமாப்பார்க்கும் அந்தப் பெண்கள் எழுந்து கும்பிட்டார்கள்...'

***

'...இந்த முருகன் குறவர் கடவுள்... நாங்க அவனுக்கு வேள் பட்டத்தக் குடுத்து எங்க ஆளாக்கிட்டோம்... அப்புறம் நீங்க அவனுக்குப் 'பூணூல்' போட்டீங்க... மலை வாழ் சனங்க எல்லாம் முருகனை விட்டுட்டு குறி சொல்லுதுக..' என்று கூறிப் பெரிதாகச் சிரித்தார்...'

***

'...கடவுள் இல்லேன்னு சொல்றது கூட உங்க கையிலே தானிருக்கும்... அதுதான் தருமம்... சார்வாகன் சொன்னால் வேறு விஷயமாகி விடும். அதாவது தேவபாஷை சமாச்சாரம்... இப்போ பெரியார் சொன்னா வேறு... யாரு வேணுமானாலும் எப்படி வேணுமானாலும் தப்பில்லே... ஆனா இந்த பிராமணீயத்தை மதித்துத்தான் மாற்றத்தைக் கொண்டுவரணும்... அப்படித்தான் அந்த சூட்சுமமான அளவுகோல் இருக்கும்... இதிலே நிறவெறி-இனவெறி பத்தி வேறே... அமெரிக்காவிலே அப்படி... தென்னாப்பிரிக்காவிலே இப்படின்னு...'

பறளியாற்று மாந்தர் (பக்.532, 533, 567, 586, 612, 613: 2016)

'...சமஸ்தான மன்னரில் ஒருவர் இந்தப் பிரதேசத்தில் விஜயம் செய்து தங்கியிருந்தபோது சங்கரய்யரின் மூதாதையர் ஒருவர் மன்னருக்கு அனுசரணையாக நடந்து கொண்டபடியால் மகிழ்ச்சியடைந்து பல வயல்களை இஷ்ட தானமாக அளித்தார் அளித்தார் என்று கூறுவார் பெத்தாச்சியா பிள்ளை... எல்லாம் போக, தற்போது மிஞ்சியுள்ளது தான் இந்த ஊற்றுக்கால் வயல்...'

***

"...சக்தி இல்லாத கடவுள் எது?" என்று கேட்டு விடுவார் குற்றாலிங்கம் பிள்ளை.

"அது பேய்ச்சி... நாமெல்லாம் பேயாகவும் கடவுளை அந்தக் காலத்திலிருந்தே கும்பிட்டு வாரோம்... எல்லா நாட்டிலும் இப்பிடித்தான்... நம்ம கனகசபை இதுபத்தி எல்லாம் எழுதியிருக்கான்.. தெரியுமில்லா... இது வந்து 'வாக்தேவி'யாக்கும் அப்பிடின்னு சங்கரய்யரு சொல்வாரு... அது தப்பு- அண்ணாச்சி-தங்கச்சி அப்படின்னு நாம சொல்றத போலத்தான் பேய் பேய்ச்சி ஆனது..."

'காளியூட்டில் பலியிடுதலும் நடந்தது... அம்மனுக்கு நேர்ந்து கொண்டவர்கள் அதை அந்தத் திருவிழாக் காலத்தில் தான் பூர்த்தி செய்வார்கள். நெற்றிச்சுட்டியோ, அட்டிகையோ காணிக்கையாக

இருக்கும்... வளையல்களும் நேர்த்திக்கடனாக இருப்பதுண்டு... அது தங்கமாக இராது... கண்ணாடி வளையல்களே பச்சை, மஞ்சள், சிவப்பு நிறத்தில்...'

***

'...தொல்லுலகில் பன்னிரண்டாயிரம் ஆண்டுகளாகத்தான் பெண் தெய்வ வழிபாடு மாறி, கடவுள் ஆண்மகனாகத் தெரிய வந்தார் என்று சொன்னார்கள். இந்த சமஸ்தான மண்ணில் அதை ஒப்புக்கொள்ள வேண்டிய அவசியம் இல்லை... தண்ணீரால் மட்டுமே ஆட்கொள்ளப்பட்ட இடந்தவிர மற்ற எல்லாப்பிரதேசங்களும் அன்னை வழிபாட்டில் ஒன்றை ஒன்று மிஞ்சின... தானாகத் தோன்றியதாகையால், அந்த இயற்கை வழிபாட்டிற்கு எந்த எதிர்ப்புமில்லை...'

***

'...சிவதாணு சென்னையிலேயே திருமணம் செய்து கொண்டதும், அவன் மனைவி ஒரு தாழ்த்தப்பட்ட வகுப்பைச் சார்ந்தவள் என்பதும், குழந்தையொன்று பிறந்து அவள் காலமாகிவிட்டதும் கோவிந்தன் நாயர் பின்னரே அறிந்து கொண்டான். பட்டாளத்தில் இருந்த சிவதாணு பம்பாய்க்கும், பின்னர் வெளிநாட்டிற்கும் போக வேண்டிய சூழ்நிலை வந்தபோதுதான் அந்தக் குழந்தையை நேரில் பார்க்கும் சந்தர்ப்பம் கிடைத்தது...'

***

பேரூர் காவல் நிலையத்தில் வாய்மொழியாகவும், எழுத்து மூலமாகவும் கொடுத்தவை வருமாறு:

'...எனது பெயர் முத்துக்கறுப்பன்... தகப்பனார் சிவதாணு... பிறந்தது சென்னை... எட்டு வயதில் இந்தப் பகுதிக்குக் கொண்டுவரப்பட்டேன்... தகப்பனார் பட்டாளத்தில் இருந்து காலமாகி விட்டார்... கோவிந்தன் நாயர் என்பவர் வீட்டில்-வீடு அல்ல-ஓர் அறை-கொலைகாரன் பேட்டை என்ற சென்னைப் பகுதியில்- நான் இருந்தேன்... காளியூட்டு நேரம் என்னை அவர் மேலூர் பக்கம் அழைத்து வந்தார்... எதற்காக அழைத்து வந்தார் என்று எனக்குத் தெரியாது... அம்மன் திருவிழாவிற்கு இருக்கும் என்றிருந்தேன்... அப்பா ஒரு தங்க நகையை அவரிடம் கொடுத்து ஊர் பேச்சியம்மனுக்கு போட்டு விடவேண்டும் என்று சொன்னது எனக்கு விளங்கியிருந்தது...'

காளியூட்டு (பக்.667, 699, 717, 723: 2016)

7. மா.அரங்கநாதனின் படைப்பாளுமை குறித்த கணிப்புகள்

மா.அரங்கநாதனின் படைப்புகள் குறித்து பல்வேறு சந்தர்ப்பங்களில் பல்வேறு எழுத்தாளர்களும், திறனாய்வாளர்களும் கருத்துத் தெரிவித்திருக்கிறார்கள். அவற்றில் தேர்ந்தெடுத்த சில கீழே தரப்படுகின்றன.

க.நா.சுப்பிரமணியம்

‘அந்த மாதிரி மா.அரங்கநாதனின் சிறுகதைகளில் சொல்லாத விஷயங்கள் - அரணையைப் பற்றி - அரணை என்கிற பெயரே சொல்லாமல் வந்திருக்கிறது என்று நண்பர் வாசித்துக் காண்பித்தார். அந்த மாதிரி சொல்லாமல் விட்ட விஷயங்கள் எழுப்புகிற தொனி நம்மை மீண்டும் மீண்டும் இந்தக் கதைகளைப் படிக்கத் தூண்டிவிடக் கூடியவை. இந்தச் சொல்லாமல்விட்ட விஷயங்களை எப்படி நாம் கிரகித்துக் கொள்கிறோம் என்பது ஒவ்வொரு தடவை படிக்கிற போதும் இதை முதல் தடவை நாம் கவனிக்க முடியவில்லையே, இரண்டாவது தடவை தானே கவனிக்க முடிந்தது. - இன்னும் என்ன இருக்கிறது. இதில் கவனிப்பதற்கு? என்று யோசித்துப் பார்த்துப் படிக்க வேண்டிய அவசியம் இருக்கிறது’

அசோகமித்திரன்

’மா.அரங்கநாதன் படைப்புகள் வெறும் இலக்கியமாக நின்று விடுவதில்லை. உண்மையில் அவை நிலையான அமைதி தேடும் மனித மனத்தின் சிறு அலைகள். இந்த அமைதி அல்லது முக்தி அனைத்து ஜீவன்களுக்கும் விதிக்கப்பட்டதுதான். ஆனால் இதைப் பிரக்ஞை பூர்வமாக உணர இயலாதிருத்தல் அஞ்ஞானம். அஞ்ஞானத்தின் விளிம்பில் இருந்துகொண்டு இறுதித் தாண்டலுக்குத் தயாராகும் மனிதனே மா.அரங்கநாதனின் முத்துக்கறுப்பன். முக்தித் தத்துவத்தை புனைகதையில் உயர்ந்த நிலையில் பிரதிபலிக்கச் செய்வது மிகவும் கடினம். புனை கதையே அஞ்ஞானத்தை உள்ளடக்கியது.

ஆனால் மா.அரங்கநாதனின் ஒரு நூல் அசாத்தியத்தைச் சாத்தியமாக்கிக் காட்டுகிறது. இந்த முக்தி வேட்கை இந்திய மண்ணுக்குரியது. மேலும் கூற வேண்டுமானால் இந்நூலில் அது தமிழ் மண்ணுக்கே உரியதாகவும் வெளிப்படுகிறது. பல ஆயிரம் ஆண்டுக் கலாச்சாரமும் தத்துவ விசாரமும் தன்னுள் அடக்கிய ஒருவரால்தான்

இந்தத் தெளிந்த முக்தி வேட்கை நிலையைத் தற்கால வாழ்க்கையின் அன்றாட நிகழ்ச்சிகளில் காணமுடியும், காண வைக்க முடியும்.

நகுலன்

"எதை எப்படி எழுதினாலும் ஒரு கலைப்படைப்பு முக்கியத்துவம் உறுவது கலைஞனின் கற்பனை சக்தியின் மூலம் என்றே கூறத் தோன்றுகிறது. இத்தொகுதியை (வீடுபேறு) ஒரு நாவல் என்று கொண்டால் எல்லாக் கதைகளுமே முத்துக்கறுப்பன் என்ற பாத்திரத்தின் பார்வையிலிருந்து எழுதப்பட்டிருக்கின்றன. இதை முத்துக்கறுப்பனின் உள்முகப் பிரயாணமாகக் கொள்ளலாம். அது அப்பட்டமாக இயங்க வில்லை என்பது அதன் சிறப்பு. நாவலிலிருந்து ஒரு முக்கிய வேறுபாடு இங்கு பல பாத்திரங்கள் இருந்தாலும் முத்துக்கறுப்பனின் உருவமே ஓங்கி இருக்கிறது. இது சிறகதையின் அளவு குறித்து வந்த விளைவு".

சா. கந்தசாமி

'ஒரே கதையை மாற்றி மாற்றிப் பலரும் எழுதிக் கொண்டு இருக்கிறார்கள் என்று அடிக்கடி சொல்லப்படும்போது மா.அரங்கநாதன் ஒரே ஒரு மனிதனின் வாழ்க்கைச் சரித்திரத்தை - ஒன்றுக்கும் மேற்பட்ட தளங்களில் எழுதி - அதனைப் படிக்கையில் வாசகர்களும் உணர்ந்து - அனுபவிக்கும்படியாகச் சாத்தியமாக்கி உள்ளார்.

'வீடுபேறு' - சமீப ஆண்டுகளில் தமிழில் வந்திருக்கும் தரமான சிறுகதைத் தொகுப்பு என்பதோடுகூட நவீன சிறுகதைத் தொகுப்பு என்றே சொல்லத் தோன்றுகிறது. இப்போது அறிந்து கொள்ளப்பட்டதைவிட இன்னும் பல ஆண்டுகள் கழித்து, 'வீடுபேறு' அதிகமாக உணர்ந்து கொள்ளப்படும் என்பது குறைந்தபட்ச மதிப்பீடாகாது. என்றே சொல்ல வேண்டும்'.

கோவை ஞானி

'கலாச்சார அளவில் மனிதர்கள் பெரும் பாதிப்புக்கும் நொறுங் கலுக்கும் உள்ளாகி வரும் இக்கால நிலைமைகளில் தன்னைவிட்டு எவ்வளவு தொலைவு சென்றாலும், எவ்வளவு காலத்திற்குப் பிறகும் மனிதத்துக்குள் பசுமையையும் அழகையும் பண்பையும் தங்க வைக்கும், ஆரல்வாய்மொழி சார்ந்த பிரதேசத்தின் மண்ணின் வளத்தையும் மனிதர் மாண்பையும் மா.அரங்கநாதன் அவர்கள் இந்நாவல் (பறளியாற்று மாந்தர்) அழகாகச் சொல்கிறது'.

கோபிகிருஷ்ணன்

இதில் (பறளியாற்று மாந்தர்) கையாளப்பட்டிருக்கும் உரைநடை தமிழுக்கு மிகவும் இயல்பானதாக இருக்கிறது. பேனாவைக் காகிதத்தில் வைத்தால் அது தானாக எழுதும் அனாயாசம் (Spontaneity) நவீனம் முழுக்கக் காணக் கிடைக்கிறது. எதுவும் வலிந்து புகுத்தப்படவில்லை. கதையை விறுவிறுப்படைய வைக்க வேண்டும்என்ற நோக்கத்துடன் செய்யப்படும் செருகல்கள் இல்லை. மிகுந்த அக்கறையுடன், ஆழந்த மனஈடுபாட்டுடன் எழுதப்பட்டிருக்கிறது இப்படைப்பு.

'கலைஞன்' மாசிலாமணி

"புதுமைப்பித்தன் நீட்சியாக மா.அரங்கநாதன் கதைகள் எண்ணத்தக்கது என்பதே தமிழ்ச் சிறுகதை இலக்கிய வளர்ச்சிக்கு ஓர் அடையாளம். மா.அரங்கநாதன் மனம் பண்டைத் தமிழ் இலக்கியத்தில் வேர்கொண்டது. நவீன இலக்கிய படைப்பில் அதன் செறிவு பலப்படும். இவர் எழுத்தில் சொல்லெல்லாம் பல பரிமாணங்களைக் காட்சிப்படுத்தும், சொற்களில் இடைவெளியில் தொனிப் பொருள் செழுமை சேர்க்கும்'.

விட்டல்ராவ்

'மௌனியிலிருந்து பார்த்துக்கொண்டே வந்தால், அந்தச் சிந்தனையும் அதைப் பின்பற்றி எழுதப்படுபவையும் ஆங்கில வழியில் - ஆங்கில சிந்தனை மரபு வழியில் மனதில் வடிவம் பெற்று பிறகு தமிழில் சுற்றி வளைத்து எழுதப்பட்டதாகத்தான் இருக்கிறது. அந்த முத்திரைக்கு அப்பாற்பட்ட அசல் தமிழ் மொழிநடையே மா.அரங்க நாதனுடையது'.

சோ. தர்மன்

'தமிழ்ச் சிறுகதையில் சமகால சாதனையாளர் யாரென்றால் மா.அரங்கநாதனை தான் நான் சொல்வேன். இன்றைக்குப் பேசுகிறார்கள் தலித் கதை, தலித் கதை என்று... எத்தனை தலித் கதைகளை மா.அரங்கநாதன் எழுதியிருக்கிறார் தெரியுமா?'

அமரந்தா

'கதைககளை வாழ்வின் பகுதிகளாகத் தென்படச் செய்யும் ஆற்றொழுக்கான மொழி, வாசிப்பவரை வேறுதடங்களில் பயணிக்கச் செய்கிறது. கலவையான உணர்வுகள் மனதைக் கலக்கிப் பின் கனமான மௌனத்தை விட்டுச் செல்கின்றன. ஒரு ஏக்கம் மெல்லத்

தலைதூக்குகிறது... குழிப்பிள்ளையைத் தோண்டி மடியில் போட்டுக் கொண்டு அழும்நிலை மாறுமா? ஆற்றங்கரை மென்காற்றுத் தழுவல்போல் நெஞ்சை ஆற்றுப்படுத்தும் அமைதி ஏற்படுமா? மா.அரங்கநாதனைப் போல் அடையாற்று பங்களாவின் வெண்தாடிக் கிழவருடைய தாக்கத்தில் மீதி வாழ்வை பற்றின்றி பார்த்துக் கொண்டிருக்க முடியுமா? தெரியவில்லை... இப்போதைக்கு அவருடைய எழுத்தில் தோன்றி மனமெங்கும் நிறைந்துவிட்ட முத்துக்கறுப்பனை நண்பராக்கிக் கொள்ள முயலலாம்...'

ருத்ரய்யா

'இப்படிச் சொல்லாம் என்று படுகிறது. முத்துக்கறுப்பன்தான் மா.அரங்கநாதனின் ஆல்டர் ஈகோ சந்தோஷமும், ஆச்சர்யமும், கிளர்ச்சியும், பரவசமும், தத்துவ விசாரமும் கொண்ட அவனை, ஆழமான, கவித்துவம் கூடிய, எளிமையான, இயல்பில் எல்லோருடன் ஈஷிக் கொள்கிற அந்த முத்துக்கறுப்பனை, இதை எழுதும் இந்நேரம்கூட, மறுபடி மனம் தேடி அவாவுகிறது. ஒரு எளிய வாசகனின் மனதில் இதை? தோற்றுவித்துவிடும் பங்களிப்பும் அசாதாரணமானது தானே.

பிரபஞ்சன்

'தனது அனுபவங்களோடும் தனித்த தத்துவ விசாரங்களோடும் கூடிய புனைவு வெளி, ஆழங்களை நோக்கிச் செல்லும் தேர்ந்தெடுக்கப் பட்ட சொற்களால் ஆன, எழுதிச் செல்லும் வித்தை தேர்ந்த விகாசம் ஆகியவற்றின் கட்டுமான சேர்க்கையே மா.அரங்கநாதனின் எழுத்துலகம்.

கோணங்கி

'முத்துக்கறுப்பன் ஏகனாக இருப்பது மா.அரங்கநாதன் கதைகளின் விதி. ஆற்று வழியில் கடந்தேகி மணலில் மூழ்கி இருந்தாலும், சதாசிவ பிரம்மத்தைப் போல கதைகளுக்குள் இருட்டிக் கொண்டு ஊடுருவுகிறான் முத்துக்கறுப்பன்'.

சமயவேல்

'கதையைக் கடந்த காலத்திலும் வருங்காலத்திலும் நிகழ்காலத்திலும் மூழ்கவிடுகிறார் மா.அரங்கநாதன். அவரது சிறுகதைகளின் வெற்றி கவிதையின் வெற்றி. அதன் பொருளின் பொருளுக்குள் உறைந்திருக்கும் தமிழின் வெற்றி.'

க. பஞ்சாங்கம்

'மா.அரங்கநாதன் கதைகளில் எதைத் தொட்டாலும் இத்தகைய அபத்தக் கூறுகளே பரவிக் கிடக்கின்றன என்பதை விளக்குவதற்காகத்தான் அவர் 'சிறுகதை' எழுதுகிறேன் என்ற ஒரு பாவனை மூலம் நிகழ்த்தி காட்டுவதெல்லாமே. இந்த மனிதர்களையும் இவர்களின் வாழ்க்கை நடத்தைகளையும் புரியாத புதிர்களாகக் கண்டு அவற்றின் மேல் ஒருவித விசாரணை நடத்துவதும் கேலியும் கிண்டலும் செய்வதும், நடத்திய விசாரனைகளின் மூலம் முடிவாக எதையும் கூறிவிடாமல் கேள்விகளாகவே விட்டுவிடுவதுமாக அவரது கதையாடல் தொடர்நது கொண்டே போகிறது.

தமிழவன்

'அவைதிகத்தை ஒரு அறிவு - அழகியல் - தமிழ் அரசியல் இயக்கத்தின் அடிப்படை அறிவுமுறையாய்ப் பார்க்கிறார் மா.அரங்கநாதன்'

பொன்னீலன்

'மா.அரங்கநாதனின் இந்தச் சிறுகதைகளில் தொடர்ந்து நிகழ்ந்து கொண்டிருப்பது நிலையற்ற தன்மை. ஒற்றைத் தன்னிலையாக்கமாகக் கருத இயலாமல் போவதற்கான அடிப்படையாக இருக்கும் நாடோடித்தன்மை இந்தக் கதைகளுக்குள் மேலோங்கி நிற்கிறது... அவர் கையாளுவது எளியமொழி. வட்டார அழகு ததும்பும் மொழி. அந்த மொழிக் கோடுகளால் அவர் உருவாக்கும் காட்சிகளும் மிகவும் எளிமையானவைகளே... ஆனால் அதன் ஊடாகச் செல்லும் செய்தி இருக்கிறதே... அற்புதமானது! பொருளாதார அதீத மதிப்புகளால் சிதைந்து போகின்ற வாழ்க்கை, காலமாறுதல்களால் ஜாதிய அடுக்குகளில் ஏற்படும் முரண்கள், தொலைந்து முகம் இழந்த உயிர்கள் எனப் பல தளங்களின் ஊடாக மனித மேன்மைகளை அற்புதமாகச் சொல்லிவிடுகிறார்'.

தூரன் குணா

'கிட்டத்தட்ட அறுபது ஆண்டுகளுக்கு முன்னால் எழுதப்பட்ட 'முன்றில்' கதை இன்றைக்கும் கூட அதன் ஒளி குன்றாது இருக்கிறது. சொல்லாமல் விடுவது, மட்டுப் படுத்தப்பட்ட பேருணர்ச்சிகள் போன்று அவரது பிற்காலக் கதைகளில் மிளரும் அம்சங்களின் ஆதாரப் புள்ளியை இக்கதையில் காணமுடிகிறது. பெரிய விஷயத்தை எளிமையாகப் பேசும்கதை. குழந்தையின் அகவுலகு வழிக் காட்சிப்படும் இக்கதை தமிழ்ச் சிறுகதையின் செவ்வியல் கதைகளில் ஒன்று'.

தெ.மதுசூதனன்

'மா.அரங்கநாதனின் கதைகளில் வாழ்வு பற்றிய புதிர் மர்மம் கதையுக்திகளிலும், மொழிநடையிலும் வந்து வாசிப்பு சார்ந்த மோதல், உணர்வு, அறிதல் என்ற புள்ளிகளில் குவிந்து சுழற்சி வட்டப் பாதையில் இயங்கும் தன்மையைக் காணலாம். இவரது படைப்புகளில் மாயத்தன்மை இழையோடுகிறது'.

***

8. மா.அரங்கநாதன் செவ்விகள்

மா.அரங்கநாதன் பல்வேறு சந்தர்ப்பங்களில் அளித்த செவ்விகளின் தேர்ந்தெடுத்த பகுதிகள் கீழே தரப்படுகின்றன

• உங்கள் கதைகளில் முத்துக்கறுப்பன் என்ற பாத்திரம் தொடர்ந்து வருகிறது? உண்மையில் முத்துக்கறுப்பன் யார்?

என்னால் விளக்கிச் சொல்ல முடியாத சில உணர்வுகளை எழுத்தில் கொண்டுவருவதற்கு உதவி செய்கிறவன் முத்துக்கறுப்பன். கதை என்றால் என்ன - கவிதை என்றால் என்ன என்ற கேட்டால் சரியான பதில் சொல்ல முடியாமல் நிற்பது போன்ற நிலை ஏற்படுகிறது. அது என்னவென்று தெரிந்தால், அது இனிமேல் இருக்காது - இல்லையா - கடவுள் சமாச்சாரம் கூட அப்படித்தானே!

• பிராமண எதிர்ப்பு என்பது உங்களது படைப்புகளில் அதிகமாக இருக்கிறது... சைவப் பின்னணி கொண்ட நீங்கள் பிராமண எதிர்ப்பை கையில் எடுத்தது ஏன்? நீங்கள் எதிர்ப்பது பிராமண வைதீகம் என்றால் இன்றைய உலகமய, பின்நவீனத்துவக் காலகட்டத்திலும் அது தன்னைத் தகவமைத்துக் கொள்கிறதா? எந்தெந்த வகைகளில்? அதை எப்படி எதிர்கொள்வது?

வைதீக எதிர்ப்பு என்பதுதான் சரி - பிராமண எதிர்ப்பு அல்ல. பூரணத்திலிருந்து பூரணத்தை எடுத்தால் அது பூரணமாகவே இருக்குமென்று சொல்லும் உபநிடதம் எப்படி வைதீகமாகும்? அது சமஸ்கிருத்தில் எழுதப்பட்டிருப்பதால் அதை ஏற்றுக்கொள்ளலாம்; அதையே மற்றவர்கள் சொன்னால் ஏற்க வேண்டியதில்லை என்பது வைதீகம். உண்மையில், சமஸ்கிருதத்தில் எழுதப்பட்டது எல்லாம் வைதீக மதத்திற்கோ, வைதீகவாதிகளுக்கோ - சொந்தமானவை அல்ல. ஓர் அரசன் வைதீகவாதிகளின் பக்கம் என்றால் எல்லாமே வடமொழியில் எழுதப்பட்டுவிடும். ஆங்கிலேயர் காலத்தில் அரசமொழியான ஆங்கிலத்தில் தான் எல்லாம் எழுதப்பட்டன. பரதநாட்டியம், கர்நாடக இசை போன்ற தென்னாட்டுக் கலைகளும், வடமொழியில் தான் எழுதப்பட்டன. தில்லை நடராசனின் ஊழிக்கூத்து, இட்லி என்ற பலகாரம் - இவைபற்றிக்கூட ஆங்கிலத்தில்தான் முதன்முதலில் கட்டுரைகள் எழுதப் பட்டன. இட்லியும் தில்லை நடராசனும் ஆங்கிலேயர் சமாச்சாரங்களா? இன்னொன்று - வடமொழியின் மீது எந்த வெறுப்பம் அப்போது இருக்க வேண்டிய அவசியமும் இல்லை. வைதீக எதிர்ப்பு இருந்தது. காஞ்சிப் பெரியவர் உரைகளைப் படியுங்கள். எந்தக் காலத்திலும் சமஸ்கிருதம்

தாய்மொழியாகப் பேசப்படவில்லை என்பது அவர் கூற்று.சைவப் பின்னணி என்று எதைக் குறிப்பிடுகிறீர்கள்? மொத்தமாக பக்தி இயக்கமே தென்னாட்டில் தமிழில் தான் தோன்றியது. அதுவும் வைதீக எதிர்ப்பிற்கான முயற்சியே. வேதங்களில் பூர்வ குடிமக்களின் சிவலிங்கம் நிந்திக்கப்படுகிறது. விஷ்ணு - உபேந்திரன் என்ற பெயரில் - இந்திரனின் வேலைக்காரனாகச் சொல்லப்படுகிறார். இவை போன்ற கீழ்த்தரங்களை - எதிர்த்துக் கிளம்பியதுதான் பக்தி இயக்கம். வேத காலத்திற்கும் முன்னரே கருப்பண்ணசாமி, சுடலைமாடன் என்று பின்னர் அறியப்படுகிற பூர்வகால கடவுளரை திரும்பவும் தக்க இடத்தில் கொண்டுவர செய்த முயற்சியே. இந்தக் கடவுளையும் வேதநாயகன் என்ற பட்டம் சூட்டி அந்தப் பக்தி இயக்கத்தையும் வைதீகம் தன்னோடு சேர்த்துக் கொண்டுவிட்டது. பெண்தெய்வ வணக்கம் வேதகால ஆரியர்க்கு இல்லை. ஆனால் இங்கே கருமாரி அம்மனைகூட கிருஷ்ணமாரி என்று பெயர் மாற்றி வேத மந்திரங்களால் அர்ச்சனை. எந்த விஷயத்தில் ஆதாயம் இருக்கிறதோ, அங்கே ஒரு சமஸ்கிருதப் பெயர்சூட்டப் பட்டு அதைத் தங்களுடையதாக வைதீகம் ஆக்கிக் கொண்டுவிடும். ரஸ்ஸல், பெர்னாட்ஷா, பெரியார் ஆகியோரின் கொள்கைள் சீரும் சிறப்பும் அடைந்தால், சார்வாகன். ஜாபலி ஆகியோர் பெயர்களைக் கூறி பெரியார் போன்றவர்களையும் தங்கள் பக்கம் இழுத்துவிடும். இதுதான் வைதீகம்.

சைவ சித்தாந்தம் என்பது பக்தி இயக்க காலத்து சைவசமயம் அல்ல. அதுவும் சொல்லப்பட்டு இருக்கலாமே ஒழிய, பக்தி இயக்கக் காலத்திற்கு முன்பே தொன்றுதொட்டு தென்னாட்டில் இருந்து வந்தது - சங்க காலத்திலும் சில கவிதைகளில் தெரிவது - இதையே கொள்ள வேண்டும். நமக்குத் தெரிந்த வரையில் பூங்குன்றன் போன்றோரிலிருந்து வள்ளலார் ஈறாக நம் சித்தர் பெருமக்கள் தந்தது. இதில் திருமூலரின் கொடை மிக அரிது என்று சொல்ல வேண்டும். இப்படிப்பட்ட வைதீகம் சிக்மன் ப்ராய்டின் மனோதத்துவம் மற்றும் அமைப்பியல், பின்நவீனத்துவ கோட்பாடு ஆகியவற்றில் தகவமைத்து கொள்வதா கஷ்டம்?

• இதை எப்படி எதிர்கொள்ள வேண்டும்? இதற்கு எதிரிடையாக ஓர் இலக்கியவாதி என்ன செய்ய வேண்டும்?

எதையும் செய்ய வேண்டாம். இதுதான் வைதீகம் என்ற அதை அறிந்து கொள்வது மட்டுமே உண்மையான வைதீக எதிர்ப்பு ஆகும். ஜே.கிருஷ்ணமூர்த்தி சொல்வதும், கிட்டத்தட்ட இதுவேதான். ஒளி வருவதும், இருள் அகலுவதும், வேறுவேறல்ல - இதுதான் இருள் என்று அறிந்துகொள்வதுதான் ஒளி. அப்போதே இருள் அகன்று

விடுகிறது. கோபம் என்ற ஒன்றாக நாம் மாறும்போது அல்லது கோபம் அடைகிறபோது, கோப மடைந்த நம்மை, நாமே பார்த்துக்கொள்ள முடியுமானால் அது சாந்தம். சிவம் - சிவன் இது பற்றி வேறொன்றையும் சொல்ல வேண்டும்.

தமிழ் கூறும் சிவனும் ஒரு சித்தன்தான். அவன் நிலந்தருதிருவிற் பாண்டியன் என்று அறியப்படுபவன். ஏதோ ஒரு கடல் அரிப்பின்போது, நிலமிழந்த மக்களுக்கு நிலத்தைப் பங்கிட்டு அளித்த வேடர் தலைவனாக இருக்க வேண்டும். நெருப்பின் பயனைப் புதிதாகத் தெரிந்து சொன்னவனாகவும் இருக்கக்கூடும். வைதீகவாதியான ஆதிசங்கரர் கூட உண்மையைப் புறக்கணிக்க முடியாது. சிவனுக்கு இந்த உருவத்தையே அளிக்கிறார். நப்பின்னையின் - காதலன் - மாட்டுச் சண்டை வீரன் கண்ணனைக் காசியபக் கோத்திரத்து விஷ்ணு என்று ஆக்கிவிட்டாலும்கூட தமிழ்ச்சித்தனாகிய சிவனை ஒன்றும் செய்ய முடியவில்லை.

மாணிக்கவாசகரே இதைப் பற்றிக் கூறுகிறார்.

'காட்டகத்து வேடன் கடலில் வலைவாணன்
நாட்டிற் பரிப் பாகன்'

இந்த வரிகளோடு பட்டினத்தாருக்கு மருதப்பன் அளித்த மண்ணையும் சாணி வரட்டியையும் சேர்த்துக் கொண்டால் சிவனது சித்தமும், சித்தரின் சிவமும் தெரிந்துவிடும். பழந்தமிழர் கூறும் நாநில மக்கள் அவர்கள்.

• போரற்ற, அமைதியான, சக மனிதநேயத்தைக் கட்டமைக்கும் கலை, இலக்கியச் செயல்பாட்டினை உங்கள் படைப்புகளின் வழியே நான் புரிந்து கொள்கிறேன். உண்மையில் நீங்கள் படைப்புகளின் வழியே எதைக் கட்டமைக்க விரும்பினீர்கள்? நீங்கள் விரும்பியது கை கூடியதா?

கட்டமைப்பு என்று கூறும்போது ஒன்று சொல்லவேண்டும். கட்டமைப்புடன் வெகுகாலத்திற்கு இருந்துவந்த ஒன்றுகூட, ஏற்கனவே வேறுபட்ட கட்டமைப்பு ஒன்றின் சிதறடிக்கப்படுவது கால நியதிதான். ஏற்கனவே பல கூறுகளாக வெடித்த பகுதிகள்தான் இப்போது ஒரு கட்டமைப்புடன் இருந்து வருகிற நம்முடைய நிலவுலகு என்பதை நாம் ஒப்பு கொள்கிறோம் அல்லவா? புதிதாகக் கட்டமைத்துத் தருவதற்கு நாம் அறிவுலகவாதிகள் அல்ல. பார்வையின் வழியே உணர்ந்து கொள்வதை - புரிந்துகொள்ளாவிட்டாலும் - மாற்றம் என்று அதை அறிந்து கொண்டு அல்லது உணர்ந்துகொண்டு சொல்வதோடு அல்லது சொல்ல முயற்சிப்பதோடு பணி முடிகிறது.

• ஐம்பதுகளில் எழுதத் தொடங்கிவிட்டீர்கள். அந்தக் கால கட்டத்தில் தொடங்கி இன்றுவரை நீங்கள் எழுதிய எல்லாச் சிறுகதைகளின் வடிவ நேர்த்தி என்பது ஆச்சர்யமூட்டக்கூடியதாக இருக்கிறது. கதைகளின் வடிவம் என்பது நீங்கள் திட்டமிடுவதா? இல்லை, கதையின் உள்ளடக்கம் அதைத் தீர்மானித்துக் கொள்கிறதா?

ஏற்கனவே திட்டமிடப்பட்ட பயணங்கள் எல்லாம் கட்டுரை எழுதப் பயன்படலாமே ஒழிய படைப்பாகி விடா. கதையின் வடிவம் ஒரு சொல்லிலோ ஒரு சொற்றொடரிலோ, காற்புள்ளி அரைப்புள்ளியிலோ தோன்றி நிற்கும். தோன்றிய பின்னர் அதுவே தானாக எல்லாவற்றையும் சேர்த்து முழுமையாக்கும். நகுலன் சொன்னதுபோல 'நான் எழுதி முடித்த பின்னரே என்ன எழுதினேன் என்பது தெரிய வருகிறது' என்பது உண்மை. கவிதையானது படைப்பிலக்கியத்தின் தலைச்சன் குழந்தை என்றால், மற்றவை அதன் பின் வந்தவை.

• எளிமையும் பரிசோதனையும் கைகோர்த்துக் கொண்ட நவீனத் தன்மையில் புதுமைப்பித்தனுக்கு இணையாக உங்கள் கதைகள் மதிக்கப்படுகின்றன. இத்தகைய படைப்பாளுமை தொடக்க காலத்திலேயே உங்களுக்கு எவ்வாறு சாத்தியப்பட்டது? மற்றொரு ஆச்சர்யமான கூறு, நவீனத் தன்மையோடு மரபு சார்ந்த விஷயங்களைத் திட்டமிட்டு முன்வைக்கிறீர்கள்?

கம்பனும் அதைத்தானே செய்கிறான்.

'கருப்பேந்திரம் முதலான கண்டாள் இடர் காணாள்
பொருப்பேந்திய தோளானொடு விளையாடினள் போனாள்'

கரும்புச் சாறு பிழியும் இயந்திரம் பார்த்து விளையாடிக் கொண்டே சீதை போனாள் என்று எப்படி கூறுகிறான் பாருங்கள். திரேதா யுகத்து இராமன் கதை யில் கருப்பேந்திரம் வருகிறது. கம்பனுக்கும் அது தெரியும். அவன் அதைப் பொருட்படுத்தவில்லை - நாமும் அப்படித்தான். உண்மையான படைப்பு அனுபவத்தில் காலம் என்பது இல்லை. ஒரு தேசிய இனம் சார்ந்த வாழ்வியலைப் படைக்கும்போது, மரபுகளையும், இன வரைவியல் கூறுகளையும் தவிர்த்துவிட்டு, அல்லது முக்கியத்துவம் தராமல் தொட்டுக்கொண்டு எழுதுவது படைப்பாகுமா?

• எது உங்களை எழுத வைத்தது?

ஒரு காக்காயை இன்னொரு காக்கா பார்ப்பது போல நம்மால் பார்க்க முடியாது. நம்முடைய பார்வை வேறு. காக்கைச் சிறகினிலே

என்று சொல்லி விட்டு கண்ணபிரானிடம்தான் வந்துசேர முடிகிறது. பார்வை படைப்பைப் பொறுத்த விஷயம். ஒரு கருத்தை சார்ந்ததாக இருக்காது ஒரு விலங்கியல்வாதி நாய் ஒன்றை பார்க்கும் முறையில் படைப்பாளி பார்ப்பதில்லை. ஓர் எஜமானன் தனது நாயைப் பார்ப்பது போன்றும் அவன் நோக்குவதில்லை. ஒரு குழந்தை முதன்முறையாக நாயைப் பார்ப்பது போன்று அவன் பார்வை இருக்கும். சொல்லப் போனால் அவன் பார்க்கவில்லை - பார்த்தல் என்ற நிகழ்ச்சி அங்கு நடைபெறுகிறது. அதற்கு முன்னால் நாயை அவன் பார்த்திருக்க மாட்டானோ என்று நாம் எண்ணும் வகையில் அது இருக்கும். நாயை நம்மால் விளக்கிச் சொல்ல முடியாது. ‘கண்டறியாதன கண்டேன்’ என்று கவிதை பாடிய நாவுக்கரசர் அதற்கு முன்னால் யானையைப் பார்த்ததில்லை என்று யாரும் சொல்லமாட்டார்கள்.

அதை ஏன் சொல்ல வேண்டும் - இது மிகவும் அடிப்படையான கேள்வி. தத்துவ ஞானி சார்த்தர் மூன்று கேள்விகளை எழுப்புகிறார். ஏன் எழுதுகிறான், என்ன எழுதுகிறான், யாருக்காக எழுதுகிறான் என்பன. இவற்றில் கடைசிக் கேள்வியான ‘யாருக்காக எழுதுகிறான்’ என்பது கொஞ்சம் வாக்குவாதத்திற் குரியது. ஏன் எழுதுகிறான் என்பதைத் தான் இப்போது நீங்கள் கேட்கிறீர்கள். தன்னைப் பற்றிய நினைவோ, படைக்கிற படைப்பின் கதி பற்றிய நினைவோ இல்லாமல் தோன்றுவதுதான் உண்மையான படைப்பு இலக்கியம். எண்ணங்கள் சார்பாக இல்லாதபோதுதான். ஏற்கனவே தான்கொண்ட சிந்தனைகள் மேல் ஏற்றப்படாத போதுதான், ஆபாசங்கள் அற்ற புனிதம் ஏற்படுகிறது. சாக்கடைகளும் காவிரிகளும் ஏற்றுக்கொள்ளப்படுகின்றன. ஆதவனும் மதியும் அன்று வந்த அதிசயங்களாகத் தோன்றுகின்றன. உலகம் சோதி மயமாகத் தெரிகிறது - மங்கிக் கிடக்கிறது - மனிதன் மாறிப் போய்விட்டான் - மனிதன் மாறவே இல்லை - இத்தகைய கூற்றுகள் வெளிவர படைப்பாளி பெற்ற உணர்வுதான் காரணம்.

• சமகாலத்தின் முக்கியமான சிறுகதை ஆசிரியர் என்று ‘இந்தியா டுடே’ கட்டுரையில் பிரபஞ்சன் குறிப்பிடுகிறார். ஆனால் உங்கள் முதல் நூல் என்பது கட்டுரைத் தொகுப்பாக வெளிவந்திருக்கிறது. அதுவும், கவிதை இயல் சார்ந்த மிக முக்கிய பார்வையும் - நோக்கும் கொண்டதாக ‘பொருளின் பொருள்’ கட்டுரை அமைந்திருக்கிறது. முதலில் கட்டுரைத் தொகுப்பு வெளியானது ஏன்? கவிஞர்கள் நிறைந்த இலக்கிய உலகில் உங்கள் கட்டுரைத் தொகுப்புக்கு வரவேற்பு எப்படி இருந்தது?

என்னுடைய முதல் நூலாக ‘பொருளின் பொருள்’ தான் வரவேண்டும் என்று விரும்பினேன். 1952-இல் முதற்கதை வெளிவந்த போதும் கூட கவிதை பற்றிய நூலுக்கு முக்கியத்துவம் தர ஒரே ஒரு காரணம் மட்டுமே உள்ளது. என்னைப் பொறுத்தவரை படைப்பிலக்கியம் சம்பந்தப்பட்ட பல ஐயப்பாடுகளுக்குக் கவிதை அம்சமே நல்ல ஒரு பதிலை தந்தது. ஒன்றை எதனால் கவிதை என்று சொல்கிறோமோ அதைப்பற்றி எண்ண ஆரம்பித்துவிட்டால் மற்றவை பற்றிய - அதாவது சிறுகதை, நாவல், நாடகம் போன்றவற்றிற்கும் பதில் கிடைக்கும். அந்தக் கட்டுரை நூலிற்குச் சிறு பத்திரிக்கை வாசகரிடையே மிகுந்த வரவேற்பு இருக்கிறது. மூன்று பதிப்புகள் வெளியாகி உள்ளன.

• நீங்கள் முன்னிறுத்தும் கவிதைக் கோட்பாடு என்பது எதனடிப்படையில் அமைந்தது? கவிதையியல் சார்ந்த நூல்கள் இங்கே அதிகம் எழுதப்படாததற்கு என்ன காரணம் என்று நினைக்கிறீர்கள்? கவிதை குறித்து இத்தனை புரிதலும், சிலாகிப்பும் கொண்ட நீங்கள் கவிதைகள் எழுதியிருக்கிறீர்களா?

உண்மையோடு உறவு வைத்துக்கொள்ளாத எதுவும் படைப்பு ஆவதில்லை. கவிஞனின் படைப்பு உண்மையைத் தவிர வேறு எதையும் கொண்டதில்லை. கவிதையில் நோக்கம் என்ற ஒன்று இருந்திருந்தால் அது நிறைவேறியவுடன் அது இல்லாமல் போய்விடும். எடுத்துக்காட்டாக, உலகில் பசிப்பிணி இல்லாத நிலை ஒன்று ஏற்பட்டுவிட்டால், பொருளாதார சம்பந்தமான நூல்கள் அனைத்தும் வேண்டாதவை ஆகிவிடலாம். அந்த நிலையிலும்கூட ‘இரந்தும் உயிர் வாழ்தல் வேண்டின் பரந்து கெடுக’ என்ற வள்ளுவனின் கவிதை ஒரு கணம் நம்மை மவுனமாக்கிவிடும். இத்தனைக்கும் பசிப்பிணியைப் போக்க எந்த வழியையும் அந்தக் கவிதை சொல்லவில்லை. காரண காரியங்களோடு இருக்கும் எந்தப் பொருளும் நிலைப்பது கிடையாது. அன்பு என்று நாம் உணர்வதிலே நோக்கமோ எந்தவிக் காரணகாரியங்களோ இல்லை. கவிதையியல் சார்ந்த நூல்கள் இங்கே அதிகம் எழுதப்படவில்லை. செய்யுள் மூலமாக எல்லாவற்றையும் எழுதிப் பழக்கப்பட்ட ஆதிகால மொழிகளில் பின் நவீனத்தவ - மாந்தரீக எதார்த்தப் படைப்புகள் தமிழில் மட்டுமே இருக்கின்றன. நான் கவிதை எழுதியது கிடையாது - எழுத உத்தேசமும் இல்லை - எழுத முடியாது என்று சொன்னால் அதையும் ஒப்புக்கொள்ளலாம்.

(செவ்வி கண்டவர் ஆர்.சி.ஜெயந்தன், இனிய உதயம், செப்டம்பர் 2008)

(மா.அரங்கநாதன் படைப்புகள், பக்.1010-1020: 2016)

- பெரியாரைப் பற்றியும் அவர் காலம் பற்றியும் உங்கள் கருத்து?

பெரியார் அடியோடு எல்லாவற்றையும் எதிர்த்தார். அவருடைய காலத்துல அது எல்லாம் தேவையாயிருந்திருக்கலாம். பெரியார் சமூக சீர்திருத்தக்காரர். அவர் ஒரு குறிப்பிட்ட வழிமுறையைப் பின்பற்றினார். அதோடு நிறுத்திக்கொள்ள வேண்டும். ஒவ்வொரு வார்த்தையும் வைதீகத்திலிருந்து கிளம்பியதுனு சொன்னா பெரியாருக்கு இலக்கியமும் ஒரு வைதீகம்தான். பெரியார் போல சமூகக் கருத்துக்களை அழுத்தமாக வேறு யாருமே சொல்லல. புதுமைப்பித்தனும் ஒரு நாத்திகன் தான் இராமாயணத்தையும், மகாபாரதத்தையும் பற்றி எழுதினான். ராமர் எந்த ஊர்ல பிறந்தார்னு தெரியல அயோத்தினு ஒரு ஊரைக் கட்சி வைச்சி சொல்றோம். நல்ல கதைகள் எப்போதும் பரவும். ராமாயணம் தான் அதற்குச் சாட்சி. நல்ல கதைகள் பிரயாணம் செய்யும். பேகன் மனைவி கண்ணகி கதை இளங்கோவடிகள் காலத்தில் மாறிப்போச்சு. மாறக்கூடாதுனு சொல்ல நாம்ப யாரு. பெரியார் சமூகநல வாதி. அதனால அவர் சொன்னதை எல்லாம் நாம் செய்யணும்னா அதை செய்ய முடியாது. காந்தியடிகள் தினமும் ராமநாமம் சொல்லனும்னு ராட்டையில் நூற் கணும்னா என்னால் முடியாது. அதனால நான் காந்தியை மதிக்கலனு அர்த்தமில்லை. இது எல்லாம் ஒரு குறிப்பிட்ட காலத்தில் தோன்றியதுனு சொல்லலாம்.

- தமிழ் இலக்கிய மரபைப் பொருத்தமட்டில் கடவுள் கொள்கை, மனித வளர்ச்சி, கடவுள் மறுப்பு இதுபோன்று வளர்ந்து வந்தாலும் ஏதோ ஒரு இடைவெளி இருக்குற மாதிரி இருக்கே இதற்கான அடுத்தக்கட்ட நடவடிக்கைகள் என்ன?

எதிர்காலத்தைப் பற்றி இப்பவே நினைக்க முடியும்னா அது எதிர்காலமா இருக்காது. நிகழ்காலமாகிவிடும். எதிர்காலம் எதிர்காலமாகத் தான் இருக்கணும். இப்ப இருக்கிற நிகழ்காலத்துக்கு மாற்றாக எதிர்காலம் வரனும். அது நல்லதாத்தான் இருக்கணும். அது எப்படினு தெரிஞ்சா அதை இப்பவே நடைமுறைபடுத்தலாமே... எதிர்காலம்னு ஒன்னு இருக்காதே

தமிழ்மரபு கடவுளை வணங்கியிருக்காங்க குறிஞ்சி, மருதம், நெய்தல் போன்ற நிலங்களில் வாழும் மக்கள் கடவுளை வணங்கியிருக்கின்றனர். இது விவசாய காலக்கட்டமாக மாறி அங்குள்ள நாகரீகமும் இங்குள்ள நாகரீகமும் கலந்து மாற்றமடைந்திருக்கிறது. இருந்தாலும் அடிப்படை தமிழ்மரபு மாறாமலும் இருந்திருக்கிறது...

அரசியல் காரணங்களால் ஒரு சூழ்நிலையை நாம் செயற்கையா ஏற்படுத்தினால் தமிழ்மரபுக்கு நல்லதாய் அமையாது. இது அரசியல் ரீதியாகயிருப்பதால் நாம் நேரடி பதிலைச் சொல்லமுடியாது. இதை சமூகநலவாதி சொல்லனும். இல்லைனா அரசியல்வாதி சொல்லனும்.

(செவ்வி கண்டோர்: அ.இலட்சுமி. தி.முருகன், வி.ராஜீவ்காந்தி, வி. தனசேகரன்: சிற்றேடு: 2011)

• சிறுகதைகளாகட்டும், நாவல்களாகட்டும் எல்லாமே பக்க அளவு ரொம்ப சுருக்கமா எழுதியிருக்கீங்களே... அதுக்கு என்ன காரணம்..?

நான் சாண்டில்யனோ, கோதை நாயகியோ இல்லை... இன்னும் பத்து பக்கம் வேணுமா? பிரஸ்ல உக்காந்துகிட்டு கொடுங்க பேப்பர்னு சொல்லி இன்னொரு பத்து பக்கம் எழுதித் தருவதற்கு நம்மால முடியாது...

• அந்த சுருக்கத்துக்குக் காரணம் இது தானா? இல்ல... உங்க சிந்தனை முறையிலேயே அந்தச் சுருக்கம் இருக்கிறதா?

ஹெமிங்வே நூறு பக்கத்துல நாவல் எழுதிக்குடுத்துட்டு பதிப்பாளர்கள் ‘ஒரு பேரா சேர்க்கணும்னு’ சொன்னபோது ‘ஒரு வரிகூட சேர்க்க முடியாதுன்னு’ சொன்னார்.. அது மாதிரித்தான்...

• சமீப காலத்தில் வெளியான உங்களின் ’காளியூட்டு’ நாவலில் அந்த ஆற்றோரமா குடிசை போட்டுட்டு ஒருத்தர் பட்டினத்தார் பாட்டைப் பாடிக்கிட்டே இருப்பாரு... இப்படிப்பட்ட பாத்திரங்கள் உங்கள் சிறுகதைகளில் நிறையத் தோன்றுவதன் காரணமென்ன?

அப்படிப்பட்ட ஆட்கள் உண்டு என்னுடைய வாழ்க்கையிலே... என் வயசுலேயே திருவெண்பரிசாரத்திற்குப் பக்கத்திலேயே பறளியாறு ஓடுது... அந்த பறளியாறு பக்கத்திலேயே குடிசை போட்டுட்டு ஒருத்தர் இருந்தார். அவருக்குப் படிக்கக் கூடத்தெரியாது.. ஆனால் மனப்பாடமாகப் பட்டினத்தார் பாடல்களைச் சொல்வார்.. ஊர்லேர்ந்து ஒரு கிலோ மீட்டர் தூரம் ஒத்தயடிப்பாதை வழியாக நடந்தே போனா பறளியாறு வரும்..அதுக்கு ஜடாயுபுரம்னு பேரு.. அங்க தான் அவரு குடிசை போட்டுட்டு இருந்தாரு..அவரை மனசில நினைச்சுட்டுத்தான் அந்தக் கேரக்டரை எழுதினேன்...

• இலக்கியப்பார்வை தான் உங்கள் வாழ்க்கைப் பார்வையா?

கிட்டத்தட்ட ஒன்றாகத்தான் தெரிகிறது.. வாழ்க்கை என்றால் பொருளாதாரமா என்ன? வாழ்க்கை என்றால் என்னவென்ற கேள்வி

படைப்பாளிக்கு எழுந்ததால் தான் இலக்கியமே... சங்ககாலம் உட்பட இதுவரைக்கும் தெரியாமல் இருக்கிறதைத்தானே அணிலாடு முன்றிலார் கவிதையில் சொல்கிறார்... வாழ்க்கை என்றால் 'இது' என்று சொல்லிவிட்டுப் போகக்கூடாதா? அப்படியில்லையே... ஒரே புதிரா இருக்குதே... அதுக்கு என்ன அர்த்தம்...?

- கோவில்கள் உங்களுக்கு என்னவாத் தோணுச்சு?

உலகத்திலேயே கோவில்கள் தமிழ்நாட்டில் தான்... தென்னாட்டில் தான் வந்திருக்குது என்பது ஓர் ஆய்வு... வடநாட்டில் கோவில்கள் கிடையாது... தலம் தான் உண்டு... இங்குள்ள கோவில்களின் அடிப்படை உண்மைகளைக் கொண்டு தான் ஜெருசலேம் கோவில் ஏற்படுத்தப்பட்டுதுன்னு சில பேர் சொல்றாங்க... சாலமன் காலத்திலேயே இங்கே கோவில் இருந்திருக்கிறது... கோவிலைப்பற்றி... ஒரு லிங்கத்தைப் பற்றி உள்ள தத்துவம் இருக்குதில்லையா, அதைத்தான் அவங்க எடுத்தாங்கன்னு சொல்றாங்க... உருவ வழிபாடு, கோயில் இதுகளெல்லாம் தென்னாட்டில் தான் முதலில் ஆரம்பமாயிருக்குது... பல கலைகள் அதைச்சுற்றியே நடந்திருக்குது...

செவ்வி கண்டவர்: எஸ்.சண்முகம்

(இன்மை, அனுபூதி, இலக்கியம் : 2012)

மா.அரங்கநாதன் படைப்புகள் பற்றிய விமர்சனங்கள்

எண்	கட்டுரை	ஆசிரியர்
1	வீடுபேறு	அசோகமித்திரன்
2	என்றும் மூத்தவர்	அசோகமித்திரன்
3	ஓர் உரை	க.நா.சு.
4	சொல் புதிது	நகுலன்
5	வீடுபேறு	நகுலன்
6	வீடுபேறு	சா.கந்தசாமி
7	ஞானக்கூத்து	சா.கந்தசாமி
8	காளியூட்டு	சா.கந்தசாமி
9	பறளியாற்று மாந்தர்	ஞானி
10	பறளியாற்று மாந்தர்	கோபி கிருஷ்ணன்
11	தமிழ் இலக்கியத்தின் வேர்	'கலைஞன்' மாசிலாமணி
12	முத்துக்கறுப்பனும் நானும்	விட்டல் ராவ்
13	தமிழ் வேரிலிருந்து ஒரு அதிசயப்படைப்பாளி	தமிழவன்
14	கலாபூர்வமான சிருஷ்டி	சோ.தர்மன்
15	முத்துக்கறுப்பன் எண்பது: ஒரு பார்வை	அமரந்த்தா
16	சூரியகாந்தி சூரியனானது	சா.தேவதாஸ்
17	மா.அரங்கநாதனின் புனைவுலகம்	'வெளி' ரங்கராஜன்
18	விதைகளாய்த் தூவப்படும் வார்த்தைகள்	க.பஞ்சாங்கம்
19	தில்லை அம்பலத்தானும், பிசிக்ஸ் தியரியும், குரளைப்பேய்களும் மற்றும் முத்துக்கறுப்பனும்	ருத்ரய்யா
20	அவசியம் படிக்க வேண்டிய எழுத்து	ரவி சுப்ரமணியன்
21	காடன் மலை	பொன்னீலன்
22	வாசிப்பு சுகம் குறையாத படைப்பு	பிரபஞ்சன்
23	தமிழ்த்துவம்	தெ.மதுசூதனன்

எண்	கட்டுரை	ஆசிரியர்
24	எண்பது கதைகளும், எல்லையில்லா அனுபவங்களும்	ஶ்ரீநேசன்
25	கல்வி அவனுக்குள் அடங்கி இருக்க அவனே மிஞ்சி நின்றான்	சுஜாதா நடராஜன்
26	இருவேறு தோற்றங்கள்	பாவண்ணன்
27	நுணுகி அறிந்த மனம்	பாலசுப்ரமணியம்
28	யதார்த்த மாயை அல்லது மாயையின் யதார்த்தம்	ஜமாலன்
29	தமிழரசியலின் சாத்தியப்பாடுகள்	தமிழவன்
30	கவிதைக்குக் குரல் கொடுத்தவர்	லதா ராமகிருஷ்ணன்
31	மா.அரங்கநாதன் படைப்புகள் குறித்து...	கோணங்கி
32	திருக்கார்த்திகை நோக்கி வளரும் ஆரூடக்கதைகள்	ராணி திலக்
33	ஏகம்-அநேகம்-எழுத்து	தூரன் குணா
34	சில நினைவுகள்	சமயவேல்
35	வாழ்வெனும் அபத்த நாடகமும் அரங்கநாதனின் படைப்புலகமும்	க.பஞ்சாங்கம்
36	தன்னிலை, துறவு,நாடோடி அலைவு: மா.அரங்கநாதனின் சிறுகதைகளை முன்வைத்து..	முபீன் சாதிகா
37	சிறுகதைகளுக்குள் பெருங்கதைகளை வைத்த கலைஞன்	சோ.தர்மன்

'மா.அரங்கநாதன்: நவீன எழுத்துக்கலையின் மேதைமை (நற்றிணைப் பதிப்பகம்: 2019) என்னும் தொகுப்பு நூலில் இக்கட்டுரைகள் சேர்க்கப்பட்டிருக்கின்றன.

ப.கிருஷ்ணசாமி (ப.சகதேவன்) எழுதிய ' மா.அரங்கநாதனின் 'முத்துக்கறுப்ப நாயனார் புராணம்' என்னும் கட்டுரை தமிழவன் தொகுத்த நவீனத்தமிழும், பின் நவீனத்துவமும் (காவ்யா:1994) என்னும் தொகுப்பில் சேர்க்கப்பட்டிருக்கிறது.

மா. அரங்கநாதன் படைப்புகள்

எண்	சிறுகதை	வெளியான இதழ்	ஆண்டு
1	அரணை	கணையாழி	1986
2	வெள்ளைக்கண்ணாடி	கணையாழி	1986
3	அறிமுகம்	தீபம்	1986
4	பூசலார்	கணையாழி	1986
5	தரிசனம்	இலக்கியவட்டம்	1987
6	தேங்காய்	தீபம்	1987
7	மயிலாப்பூர்	இலக்கியவட்டம்	1987
8	அழல் குட்டம்	கணையாழி	1987
9	ஆதல்	கணையாழி	1987
10	மோனாலிசாவும், ஒரு கறுப்பு ஆட்டுக்குட்டியும்	---	1987
11	சித்தி	---	1987
12	சிறிய புஷ்பத்தின் ஞானம்	---	1987
13	மகத்தான ஜலதாரை	---	1987
14	ஜங்ஷன்	---	1987
15	உலகுபுரத்தல்	---	1987
16	அலுப்பு	---	1987
17	அசலம்	---	1987
18	வீடுபேறு	---	1987
19	நசிகேதனும், யமனும், கழிவுப்பணமும்	---	1987
20	மௌனி	---	1987
21	மீதி	முன்றில்	1990
22	தென்கிழக்குச் சூளை	முன்றில்	1990
23	மெய்கண்டார் நிலையம்	முன்றில்	1990
24	உவரி	புதிய நம்பிக்கை	1990
25	திரிசூலம்	கனவு	1990
26	காலக்கோடு	கணையாழி	1990
27	எங்கேயோ போதல்	முன்றில்	1990
28	எலி	அரங்கேற்றம்	1990
29	மண்டேலாவை நேசிக்கிறேன்	முன்றில்	1990

எண்	சிறுகதை	வெளியான இதழ்	ஆண்டு
30	உறவு	---	1990
31	சுயம்பு	---	1990
32	ஞானக்கூத்து	சுபமங்களா	1990
33	தொலைவிலுணர்தல்	---	1991
34	சிவகாமி சரிதம்	---	1991
35	ஏடு தொடங்கல்	விருட்சம்	1991
36	முதற்தீ எரிந்த காடு	---	1991
37	ஒரு கன்றுக்குட்டியின் மரணம்	அரங்கேற்றம்	1991
38	மாறுதல்	---	1991
39	கவிக்குயில்	தினமணிக்கதிர்	1991
40	முன்றில்	புதுமை	1992
41	காடன்மலை	---	1995
42	பனை	புதிய பார்வை	1995
43	கச்சிப்பேடு	புதிய பார்வை	1995
44	ரோபோ	முன்றில்	1995
45	பயணம்	சாரதா	1995
46	இரவச்சம்	கவிதாசரண்	1995
47	பெருநகர்த்தடம்	முன்றில்	1995
48	ஒரு நாஞ்சில் வட்டாரக்கதை	கவிதாசரண்	1995
49	மீட்சி	---	1995
50	செட்டிவளாகம்	புதிய பார்வை	1995
51	ஓர் இரங்கற்கூட்டம்	சுபமங்களா	1995
52	மூடு	---	1995
53	பொய்	புதிய பார்வை	1995
54	அம்மே நாராயணி	சுபமங்களா	1996
55	ஒரு பிற்பகல் நேரம்	புதிய பார்வை	1996
56	தோற்றம்	கணையாழி	1996
57	வரைந்து பெய்யும்	பாக்யா	1996
58	ஜேம்ஸ்டீனும் செண்பகராமன் புதூர்க்காரரும்	தமிழரசு மலர்	1996
59	அமையாது உலகு	ஆறாம் திணை	1996

எண்	சிறுகதை	வெளியான இதழ்	ஆண்டு
60	திருநீர்மலை	கனவு	1996
61	கண்ணோட்டம்	ஆறாம் திணை	1997
62	ஆற்றோடு போயிற்று	----	1997
63	தாங்கல்	ஆறாம் திணை	1997
64	சிராப்பள்ளி	தமிழரசு மலர்	2003
65	ஒருவழிப் பாதை	தீராநதி	2003
66	தீவட்டி	தீராநதி	2003
67	ஒரு வாக்குமூலம்	அமுதசுரபி	2005
68	விடுதலைப்போரில் அப்பரின் பங்கு	அமுதசுரபி	2006
69	தேட்டை	தீராநதி	2007
70	துக்கிரி	அமுதசுரபி	2007
71	வேடம்	விகடன்	2007
72	பட்டினத்து சாமி	சண்டே இந்தியன்	2007
73	தெருவடைச்சான் சந்து	---	2007
74	அஞ்சலி	---	2007
75	பூங்குன்றனே சரணம்	---	2007
76	தில்லை வாழ் அந்தணன்	அம்ருதா	2009
77	மனோரதம்	தீராநதி	2010
78	ஒற்றுமை	அம்ருதா	2010
79	மனத்துக்கண்	அம்ருதா	2011
80	ஒரு நூற்றாண்டு விழா	சிற்றேடு	2011
81	கேணி	காவ்யா	2012
82	முறுக்கு	சிற்றேடு	2012
83	கைக்குட்டை	மந்திரச்சிமிழ்	2013
84	திடம்	தீராநதி	2013
85	சம்மந்தம்	மந்திரச்சிமிழ்	2015
86	என்ன பெயர் வைக்கலாம்?	தீராநதி	2015
87	ஓர்மை	உயிர் எழுத்து	2015
88	இரண்டரை	காவ்யா	2015
89	ஐயன்மீர் சற்றுப்பொறுங்கள்	---	2015
90	எறும்பு	காவ்யா	2015

நாவல்கள்

எண்	நாவல்கள்	வெளியான இதழ்	ஆண்டு
1	பறளியாற்று மாந்தர்	---	1991
2	காளியூட்டு	---	2006
	கட்டுரைகள்		
1	பொருளின் பொருள் கவிதை	---	1983
2	எண்பதுகளின் துவக்கத்தில் தமிழ்க்கவிதை	---	
3	ஓர் இலக்கிய சிந்தனை	கணையாழி	1988
4	ஞானக்கூத்தனின் ஒரு கவிதை	நவீன விருட்சம்	2003
5	பிச்சை எடுக்கும் யானை	---	2003
6	ஒரு நல்ல நாவலாசிரியர்	தீபம்	1984
7	ஒரு கிழவியும் ஒரு தமிழ் நாவலும்	ஞானரதம்	1986
8	அசோகமித்ரனின் 'இருவர்'	முன்றில்	1988
9	நீல.பத்மநாபன்	முன்றில்	1989
10	வாசவேச்ரமும், வட்டாரமும்	அரங்கேற்றம்	1993
11	பா.விசாலத்தின் நாவல்	கதை சொல்லி	2001
12	ஜெயகாந்தனின் 'புகை நடுவினிலே'	தினமணிச்சுடர்	1992
13	சிறுகதையைப் பற்றி	லில்லி தேவசிகாமணி மலர்	1993
14	வைதீஸ்வரனின் 'கால் முளைத்த மனம்'	முன்றில்	1993
15	மீறல் மலர்	முன்றில்	1994
16	மௌனி இலக்கியத்தடம்	முன்றில்	1994
17	தேவபாரதியின் 'மாயை'	மணிவிழா மலர்	1996
18	க.நா.சு.வின் ஆங்கில நூல்	முன்றில்	1988
19	க.நா.சு.வின் வைதீக எதிர்ப்பு	முன்றில்	1989
20	க.நா.சு.வின் கடைசி நாட்கள்	தினமணி	1992
21	இந்தி எனும் பிரிவினை சக்தி	முன்றில்	1993
22	கிருஷ்ணன் நம்பி	முன்றில்	1993
23	எம்.வி.வி.	சாரதா	1994
24	திராவிட இயக்கமும், வேளாளரும்	கவிதாசரண்	1994
25	தாய்மொழியும், தந்தை மொழியும்	---	1994

எண்	கட்டுரைகள்	வெளியான இதழ்	ஆண்டு
26	யாதும் ஊரே	முன்றில்	1994
27	மேலும் சில குறிப்புகள்	முன்றில்	1994
28	கடவுளுக்கு இடங்கேட்ட கவிஞன்	தீராநதி	2004
29	கண்டெடுத்த கருவூலம்	அமுதசுரபி	2004
30	சாத்வீகமான கவிமனம்	இந்தியா டுடே	2004
31	பன்னீராயிரம் பாடிய கம்பனும் பாடாத ஒரு சேதி	புத்தகம் பேசுது	2005
32	பிரபஞ்சனின் மீன்	புதிய பார்வை	2005
33	ஸ்ரீநேசனின் ஒரு கவிதை	புதிய பார்வை	2005
34	விஞ்ஞானம்-தத்துவம்-கதை	---	2007
35	இரண்டு மனித இயந்திரங்கள்	---	2007
36	நகுலன்	நகுலன் நினைவு மலர்	2007
37	ரிஷியின் இரண்டு மூன்று கவிதைகள்	---	2007
38	அது வேறு காலம்	---	2007
39	பழமலய்யின் கவிதை	முன்றில்	1997
40	பாம்படங்கள்	---	2008
41	ஆதிமூலம்	ஆதிமூலம் நினைவு மலர்	2008
42	பிரம்மனின் பிரசன்னம்	முன்றில்	1997
43	ஒரு முன்னுரை	---	2008
44	முன்றில் நினைவுகள்	---	2008
45	புதுச்சேரி	---	2008
46	மகாலி என்னும் மகாலிங்கம்	---	2008
47	ஒரு பேட்டி	இனிய உதயம்	2008

‘மா.அரங்கநாதன் படைப்புகள்’ (நற்றிணைப்பதிப்பகம்: 2016) புத்தகம் மா.அரங்கநாதனின் எல்லாப்படைப்புகளையும் உள்ளடக்கிய முழுத்தொகுப்பு. அவற்றிலிருந்து கிடைத்த குறிப்புகளிலிருந்து இப்பட்டியல் தயாரிக்கப்பட்டது. அத்தொகுப்பிலுள்ள நிகர வரிசையே இப்பட்டியலிலும் பின்பற்றப்பட்டிருக்கிறது. இதில் கால வரிசை பின்பற்றப்படவில்லை. (அட்டவணை: ப.சகதேவன்)